எனதருமை டால்ஸ்டாய்

எஸ்.ராமகிருஷ்ணன்

தேசாந்திரி பதிப்பகம்

தேசாந்திரி பதிப்பக வெளியீடு: 18

எனதருமை டால்ஸ்டாய் கட்டுரைத் தொகுப்பு
எஸ்.ராமகிருஷ்ணன்

மூன்றாம் பதிப்பு: ஏப்ரல் 2024

தேசாந்திரி பதிப்பகம்,
டி-1, கங்கை அப்பார்ட்மெண்ட்,
110, 80 அடி ரோடு, சத்யா கார்டன்,
சாலிக்கிராமம், சென்னை 600 093,
தொலைபேசி: 044 23644947.
விலை: ரூ.130

Enatharumai Tolstoy- Essays
S.Ramakrishnan ©

Third Edition: April 2024, Pages: 144
Size: Demy 1x8, Paper: 18.6 kg maplitho

Published by :
Desanthiri Pathippagam
D-1, Gangai Apartments,
110, 80-Feet Road, Satya Garden, Saligramam,
Chennai - 600 093, Ph: 044 2364 4947
Email : desanthiripathippagam@gmail.com
www.desanthiri.com

ISBN: 978-93-87484-05-4
Wrapper Design: Manikandan
Book Design: R.Prakash
Printed by: Ramani Print Solution, Chennai.

Price: Rs. 130

எஸ். ராமகிருஷ்ணன்

எஸ். ராமகிருஷ்ணன், விருதுநகர் மாவட்டம் மல்லாங்கிணறு கிராமத்தில் 1966இல் பிறந்தார். முழுநேர எழுத்தாளரான இவர் தற்போது சென்னையில் வசிக்கிறார்.

சிறுகதைத் தொகுப்புகள்: *எஸ். ராமகிருஷ்ணன் கதைகள், நடந்து செல்லும் நீருற்று, பதினெட்டாம் நூற்றாண்டின் மழை, அப்போதும் கடல் பார்த்துக்கொண்டிருந்தது, நகுலன் வீட்டில் யாருமில்லை, புத்தனாவது சுலபம், வெளியில் ஒருவன், காட்டின் உருவம், தாவரங்களின் உரையாடல், வெயிலைக் கொண்டு வாருங்கள், பால்ய நதி, மழைமான், குதிரைகள் பேச மறுக்கின்றன. காந்தியோடு பேசுவேன், நீரிலும் நடக்கலாம், என்ன சொல்கிறாய் சுடரே.*

நாவல்: *உபபாண்டவம், நெடுங்குருதி, உறுபசி, யாமம், துயில், நிமித்தம், சஞ்சாரம், இடக்கை, பதின்.*

கட்டுரைத் தொகுப்புகள்: *விழித்திருப்பவனின் இரவு, இலைகளை வியக்கும் மரம், என்றார் போர்ஹே, கதாவிலாசம், தேசாந்திரி, கேள்விக்குறி, துணையெழுத்து, ஆதலினால், வாக்கியங்களின் சாலை, சித்திரங்களின் விசித்திரங்கள், நம் காலத்து நாவல்கள், காற்றில் யாரோ நடக்கிறார்கள், கோடுகள் இல்லாத வரைபடம், மலைகள் சப்தமிடுவதில்லை, வாசகபர்வம், சிறிது வெளிச்சம், காண் என்றது இயற்கை, செகாவின் மீது பனி பெய்கிறது, குறத்திமுடுக்கின் கனவுகள், என்றும் சுஜாதா, கலிலியோ மண்டியிடவில்லை, சாப்ளினுடன் பேசுங்கள், கூழாங்கற்கள் பாடுகின்றன, எனதருமை டால்ஸ்டாய், ரயிலேறிய கிராமம், பிகாசோவின் கோடுகள், இலக்கற்ற பயணி, செகாவ் வாழ்கிறார், ஆயிரம் வண்ணங்கள்.*

திரைப்பட நூல்கள்: *பதேர் பாஞ்சாலி—நிதர்சனத்தின் பதிவுகள், அயல் சினிமா, உலக சினிமா, பேசத்தெரிந்த நிழல்கள், இருள் இனிது ஒளி இனிது, பறவைக் கோணம், சாமுராய்கள் காத்திருக்கிறார்கள்.*

குழந்தைகள் நூல்கள்: கால் முளைத்த கதைகள், ஏழு தலைநகரம், கிறுகிறு வானம், லாலிபாலே, நீளநாக்கு, தலையில்லாத பையன், எனக்கு ஏன் கனவு வருது, காசுகள்ளன், பம்பழாபம், சிரிக்கும் வகுப்பறை, அக்கடா.

உலக இலக்கியப் பேருரைகள்: ஆயிரத்தொரு அரேபிய இரவுகள், ஹோமரின் இலியட், ஷேக்ஸ்பியரின் மெக்பத், ஹெமிங்வேயின் கடலும் கிழவனும், தஸ்தாயெவ்ஸ்கியின் குற்றமும் தண்டனையும், லியோ டால்ஸ்டாயின் அன்னா கரீனினா, பாஷோவின் ஜென் கவிதைகள்.

வரலாறு: எனது இந்தியா. மறைக்கப்பட்ட இந்தியா.

நாடகத் தொகுப்பு: அரவான், சிந்துபாத்தின் மனைவி, சூரியனைச் சுற்றும் பூமி.

நேர்காணல் தொகுப்பு: எப்போதுமிருக்கும் கதை, பேசிக்கடந்த தூரம்.

மொழிபெயர்ப்புகள்: நம்பிக்கையின் பரிமாணங்கள், ஆலீஸின் அற்புத உலகம், பயணப்படாத பாதைகள்.

தொகை நூல்: அதே இரவு அதே வரிகள் (அட்சரம் இதழ்களின் தொகுப்பு), வானெங்கும் பறவைகள்.

ஆங்கிலத்தில் வெளிவந்துள்ள நூல்கள்: Nothing but water, Whirling swirling sky.

இணையதளம்: www.sramakrishnan.com

மின்னஞ்சல்: writerramki@gmail.com

முன்னுரை

ஒவ்வொரு பத்து வருடத்திலும் உலக இலக்கியத்தின் கவனம் ஏதாவது ஒரு தேசத்தின் மீது குவிகிறது. அப்படித்தான் லத்தீன் அமெரிக்க இலக்கியங்கள் புகழ்பெற்றன, ஆப்பிரிக்க நாவல்கள் கொண்டாடப்பட்டன. அந்த வரிசையில் இன்று உலகின் கவனம் ஆசியாவின் மீது குவிந்துள்ளது. அதிலும் குறிப்பாக இந்தியா மற்றும் சீன இலக்கியங்களே உலக இலக்கியப்பரப்பில் அதிகம் பேசப்படுகின்றன. ஆகவே உலக இலக்கியத்தில் தனிக் கவனம் பெறும் சூழலில் நாம் இயங்கிக் கொண்டிருக்கிறோம்.

எழுத்தின் நுட்பங்களை அறிந்துகொள்ள எழுத்தாளனையும் அவனது புற, அக சூழல்களையும் அது உருவாக்கும் பாதிப்புகளையும் அறிந்து கொள்வது அவசியம்.

புகழ் பெற்ற விஞ்ஞானி எடிசன் மின்சாரத்தில் எழுதும் ஒரு பேனாவை உருவாக்கியிருந்தார். அதை ஒரு நண்பர் டால்ஸ்டாய்க்குப் பரிசாக அளித்தார். முதன்முறையாக தான் எலக்ட்ரிக் பேனாவால் எழுதப் போவதை காணும்படி தன்னுடைய வீட்டையே ஒன்று திரட்டினார் டால்ஸ்டாய். ஆனால் அந்த பேனா வேலை செய்யவில்லை. போராடிப்பார்த்து தோற்றுப்போனார். இந்த ஏமாற்றத்தை தாங்கிக்கொள்ள முடியாமல் சிறுவனை போல, மனம் உடைந்துபோய் ஒருநாள் முழுவதும் வருத்தத்துடனிருந்தார் டால்ஸ்டாய். சிறிய சந்தோஷங்கள் பறிபோவது கூட எழுத்தாளனுக்கு பெரிய சோகம் தரவே செய்யும், அது தான் கலைஞனின் மனநிலை.

இப்படி எழுத்தாளர்களின் அன்றாட வாழ்வில் எத்தனையோ ருசிகரமான சம்பவங்கள், நினைவுகள் புதையுண்டிருக்கின்றன. இந்தக் கட்டுரைகளில் எழுத்தாளர்களின் சொந்த வாழ்க்கை குறித்த பதிவுகளும் அவரது எழுத்தின் நுட்பமும் இணைந்தே பதிவு செய்யப்பட்டிருக்கிறது.

உலக இலக்கியத்தை கற்றுக்கொள்வது வெறும் ரசனை மேம்பாடு மட்டுமில்லை, மானுட மேன்மையை புரிந்து கொள்ளும் செயல்பாடாகும்.

அட்டை வடிவமைத்த ஹரிபிரசாத்திற்கும், நூலாக்கம் செய்த பிரகாஷ் இருவருக்கும் அன்பும் நன்றியும்

இந்த புத்தகத்தை வெளியிடும் தேசாந்திரி பதிப்பகத்திற்கும், என்னையும் எழுத்தையும் அரவணைத்து செல்லும் மனைவி சந்திரபிரபா, பிள்ளைகள் ஹரி, ஆகாஷ், நண்பர்கள் தேவதச்சன், தோழர் எஸ்.ஏ.பெருமாள் உள்ளிட்ட அனைவருக்கும் அன்பும் நன்றியும்.

சென்னை
15.11.2017

மிக்க அன்புடன்
எஸ். ராமகிருஷ்ணன்

உள்ளே...

1.	எனதருமை டால்ஸ்டாய்	9
2.	டால்ஸ்டாயின் ஆப்பிள் தோட்டம்	20
3.	செகாவைக் கொண்டாடுவோம்	27
4.	அசடன்	46
5.	தஸ்தாயெவ்ஸ்கியின் குதிரை	53
6.	தஸ்தாயெவ்ஸ்கி காமிக்ஸ்	59
7.	ரொவால்ட் டால்	61
8.	மத்தவிலாசம்	65
9.	ஜோர்பா எனும் உல்லாசி	73
10.	தாகூரும் கலாப்ரியாவும்	81
11.	இலக்கியம் செல்லும் திசை	87
12.	ஷெல் சில்வர்ஸ்டைன் கவிதை	94
13.	ஆயிரம் கொக்குகள்	96
14	வீடில்லாத புத்தகங்கள்	101
15.	நாவல்களே உலகை ஆள்கின்றன	107
16.	பீட்டர் புருக் மகாபாரதம்	112
17.	ஜாந்திபி	116
18.	எனது அப்பா ஐசக் அசிமோவ்	124
19.	தூங்கும் கதை தேவதைகளும் நிலப்பரப்பின் தனிமொழியும்	129
20.	அக்னிநதி: வரலாற்றில் மிதக்கும் இலைகள்	139

எனதருமை டால்ஸ்டாய்

ஒரு நாவலின் வெற்றியும் தோல்வியும் எதை வைத்து முடிவு சய்யப்படுகிறது. உலக அரங்கில் பத்து ஆண்டுகளுக்கு முன்பு லட்சக்கணக்கில் விற்பனையான நாவல்கள் இன்று இருந்த இடமே தெரியவில்லை. வெளியான காலத்தில் சில நூறு பிரதிகள் விற்ற நாவல்கள் இன்று கொண்டாடப்பட்டு பல லட்சம் பிரதிகள் விற்பனையாகின்றன. புத்தகம் அது வாசிக்கப்படும் காலத்திற்காகவும் அதற்கான வாசகனுக்காகவும் எப்போதும் காத்துக் கொண்டிருக்கக் கூடும். அதைத் தவிர எழுத்தாளன் மேற்கொள்ளும் தந்திரங்கள், சுய புகழ்ச்சிகள், ஊதிப்பெருக்கிய பாராட்டுகள் எதனாலும் ஒரு நாவலை வெற்றி அடையச் செய்துவிட முடியாது. அவை புகைமயக்கம் மட்டுமே. ஒவ்வொரு நாவலின் பின்னேயும் எழுத்தாளர்கள் வெளியே பகிர்ந்துகொள்ளாத கஷ்டங்கள், நெருக்கடிகள், நாவலை எழுதுவதற்கு உந்துதலாக இருந்த சம்பவங்கள், நிஜமனிதர்களின் சாயல்கள் என வாசக உலகம் அறியாத எவ்வளவோ இருக்கின்றன. அவை எழுத்தாளனின் ரகசியங்கள்.

அவற்றைத் தனக்குள்ளாகவே புதைத்துவிடவே எழுத்தாளன் எப்போதும் விரும்புகிறான். அரிதாகச் சிலர் தனது நாவலின் அந்தரங்கக் குறிப்புகளில் ஒன்றிரண்டைப் பகிர்ந்து கொண்டிருக்கிறார்கள்.

பந்தயத்தில் வெற்றி பெறும் குதிரை புகழ்ந்து பேசப்படுகிறது. தோற்ற குதிரை புறக்கணிக்கப்படுகிறது. ஆனால் ஓடி வலித்த அதன் கால்களின் வேதனையை ஒருவருமே கவனிப்பதில்லை. அப்படிப்பட்டதுதான் நாவலின் வெற்றி தோல்வியும். அதன்

முன்னே எழுத்தாளின் வலிகள் கண்டுகொள்ளப்படாமல் போகின்றன.

வெற்றி எல்லா வலிகளையும் மறக்கடிக்கச் செய்து விடக்கூடியது என்பதுதானே உண்மை.

பெரும்பான்மை எழுத்தாளர்கள் தனது நாவல்கள் குறித்து திருப்தியின்மையே கொண்டிருக்கிறார்கள். திரும்பிச் செல்ல முடியாத பால்யத்தைப் பற்றி நினைத்து நினைத்து ஆதங்கப்பட்டுக் கொள்வது போன்ற ஒரு ரகசியவேதனை அல்லது ரகசிய சந்தோஷம் இரண்டும் ஒவ்வொரு நாவல் எழுதி முடித்தபோதும் ஏற்படுகிறது.

டால்ஸ்டாயின் புத்துயிர்ப்பு (Resurrection) நாவல் வெளியானதன் பின்புலம் குறித்து வாசித்துக்கொண்டிருந்தேன். அவரது மற்ற நாவல்களை விட அது அதிக வாசகர்களின் கவனத்தைப் பெறவில்லை என்று அந்தக் கட்டுரை துவங்கியிருந்தது. தமிழில் இந்த நாவலை ராதுகா பதிப்பகம் வெளியிட்டுள்ளது. எனக்குப் புத்துயிர்ப்பு நாவலில் வரும் மாஸ்லாவாவை ரொம்பவும் பிடிக்கும். அவளை எனது ஊரில் நான் கண்ட மதினிகளில் ஒருத்தியைப் போலவே நினைக்கிறேன். அவ்வளவு அற்புதமான பெண். மாஸ்லாவா என அந்தப் பெயரைச் சொல்வதிலே ஒரு கிளர்ச்சியிருக்கிறது. வேசைமை குறித்து டால்ஸ்டாய் நிறைய எழுதியிருக்கிறார். இவள் அதில் ஒரு புனிதை, ஒருவகையில் இவள் வழியாகவே தனது ஆன்ம மீட்சிக்கான தேடுதலை டால்ஸ்டாய் முன்வைக்கிறார்.

புத்துயிர்ப்பு நாவலின் மீது திடீரெனக் கவனம் கொள்ள காரணமாக இருந்தது டால்ஸ்டாயின் மூத்த பையன் செர்ஜீ எழுதிய நாட்குறிப்புகளின் தொகுப்பான Sergei Tolstoy and the Doukhobors: A journey to Canada புத்தகம் வாசித்ததே.

ஒரு நாவலை எழுதுவத்ற்கு எழுத்தாளனுக்கு ஏதாவது ஒரு அகக்காரணம் இருக்கக்கூடும். ஆனால் இந்த நாவலை டால்ஸ்டாய் எழுதுவற்கு இருந்த காரணம் வியப்பானது.

1898ல் பனிரெண்டாயிரம் டுகோபார்ஸ் (Dukhobors) குடும்பங்கள் ரஷ்யாவில் இருந்து அகதிகளாக வெளியேறி கனடாவில் தஞ்சம் புகும் நிலை ஏற்பட்டது. ரஷ்யாவில் இருந்து அந்தக் குடும்பங்கள் கப்பல் ஏறி ஆறாயிரம் மைல் தூரம் பயணம் செய்யத் தேவையான பணமும் பொருள் உதவியும் தேவைப்பட்டது. அந்த உதவியைச் செய்தவற்காகவே டால்ஸ்டாய் தனது ஐந்தாவது நாவலாக Resurrection எழுத

முன்வந்தார். அந்நாவலுக்குக் கிடைக்கும் ராயல்டி தொகையை டுகோபார்ஸ் இயக்கத்திற்கும், அகதிகளாகச் செல்லும் மக்களின் வழிச்செலவிற்கும் பயன்பட வேண்டும் என்று விரும்பினார்.

நாவல் எழுதத் துவங்கும்போது அவரது வயது 78. பத்தாண்டுகாலம் அவர் நாவல் எதையும் எழுதவும் இல்லை. முந்தைய நாவல்களான Anna Karenina, War And Peace இரண்டும் மகத்தான வெற்றி பெற்றிருந்தன. ஆனால் புத்துயிர்ப்பு நாவலை எழுதும் காலத்தில் டால்ஸ்டாயின் மனது ஆன்மீக விஷயங்களில் அதிகமாக ஈடுபாடு கொண்டிருந்தது. அவர் நேரடியான மக்கள் சேவையை பெரிதும் விரும்பினார்.

ஒரு முறை பிரான்சில் அவர் பிரபல எழுத்தாளர் விக்டர் ஹ்யூகோவைச் சந்தித்தார். அவர் அடித்தட்டு மக்களின் வாழ்க்கையைப் பற்றி கவலை கொள்வதே எழுத்தாளனின் வேலை என்று சொன்னது டால்ஸ்டாய் மனதிலே ஆழமாகப் பதிந்து போயிருந்தது. அது போலவே பிரான்சில் இருந்த நாட்களில் ஏற்பட்ட அடிப்படை கல்வி சார்ந்த விவாதம் ஈடுபாடு காரணமாகத் தனது முக்கிய கவனமாக கல்வி மற்றும் அடிப்படை வசதி சார்ந்த சமூக மாற்றங்களில் கவனம் செலுத்தி வேலை செய்துகொண்டிருந்தார்.

அவரது எண்ணங்களைப் பின்பற்றும் டால்ஸ்டாய் வாதிகளுடன் இணைந்து அறிவார்ந்த சபையை உருவாக்கிக்கொண்டு இயற்கையோடு கூடிய கூட்டுப் பண்ணையை நடத்திக் கொண்டிருந்தார். அத்தோடு தனது படைப்புகளை எவரும் இலவசமாக வெளியிட்டுக் கொள்ளலாம் என்ற அவரது அறிவிப்பின் காரணமாக அவரது புத்தகங்கள் பரவலாக வெளியிடப்பட்டன. அந்த நாட்களில் தனது மொத்த சொத்தையும் விவசாயிகளுக்குப் பகிர்ந்து தந்துவிட வேண்டும் என்ற எண்ணம் கொண்டிருந்தார்.

இந்த சூழலில் அவர் டுகோபார்ஸ் இயக்கத்திற்காகப் பணம் வசூல் செய்ய ஒரு நாவலை எழுதியே ஆகவேண்டும் என்ற நிலை உருவானது.

டுகோபார்ஸ் இயக்கம் என்றால் என்ன, ஏன் அதில் டால்ஸ்டாய் இவ்வளவு ஆர்வம் காட்டினார் என்ற கேள்வி எழுவது இயல்பே.

பதினேழாம் நூற்றாண்டில் இருந்து ரஷ்யாவின் தெற்குப் பகுதிகளில் வாழ்ந்து வந்த இடையர்களும் விவசாயிகளும்

உருவாக்கிய ஒரு மதப்பிரிவே டுகோபார்ஸ். இவர்கள் கிறிஸ்துவர்களாக இருந்தாலும் தேவாலயம். மதச்சடங்குகள் பாதிரிகளின் கட்டுபாடுகள் யாவற்றையும் எதிர்த்தனர். மனிதனின் மனதே ஆலயம். மனதைத் தூய்மையாக வைத்துக்கொள்ள வேண்டும். ஆத்மாவை பலமாகவும். எளிமையாகவும் பரஸ்பர அன்பும் கருணையும் நிரம்பியதாகக் கொண்டிருக்க வேண்டும். எந்தக் காரணம் கொண்டும் வன்முறை, கொலை கூடாது. மனிதர்களில் எவரும் உயர்வும் தாழ்வும் கிடையாது. ஆகவே தங்களை ஆத்ம போராளிகள் என்று அழைத்துக் கொண்ட இவர்கள் எலிஸ்தவ் போல், டிப்லிவஸ் போன்ற பகுதிகளில் விவசாயப் பண்ணை அமைத்துக்கொண்டு சிறுசிறு கிராமங்களாக வாழ்ந்தனர்.

காந்தி டால்ஸ்டாயிடம் இருந்து கற்றுக் கொண்ட பல விஷயங்கள் டுகோபார்ஸ் மக்கள் தங்கள் வாழ்வில் கடைபிடித்து வந்த பழக்கங்களே.

டால்ஸ்டாயின் படைப்புகள் எந்த அறத்தை வலியுறுத்தியதோ அதே விஷயங்களைத் தங்களது வாழ்வில் கடைபிடித்தவர்கள் டுகோபார்ஸ். அதனால் டால்ஸ்டாய் அவர்களை, தனது எண்ணங்களை நடைமுறைப்படுத்தும் முன்னோடிகளாகக் கருதினார். டுகோபார்ஸ்சின் வாழ்க்கை இயற்கையோடு இணைந்து மகத்தானதாக உள்ளதைக் கண்டு டால்ஸ்டாய் வியந்து போற்றியிருக்கிறார்.

டுகோபார்ஸ் மக்கள் கடுமையான உழைப்பாளிகள். விவசாயத்தில் நல்ல தேர்ச்சி கொண்டவர்கள். தங்களது சுயதேவைகளைத் தாங்களே பூர்த்தி செய்துகொள்ள வேண்டும் என்பதே அவர்களின் முக்கியக் கோட்பாடு. அதற்காக விவசாயம், ஆடு மாடுகளின் பண்ணை, வீட்டு உபயோகப் பொருட்கள் தயாரித்தல், காய்கறிகள், பழங்கள், உற்பத்தி செய்வது, உடைகளைத் தாங்களே நெய்துகொள்வது, விவசாயத்திற்குத் தேவைப்படும் உபகரணங்கள், மரச்சாமான்களைத் தாங்களே செய்து கொள்வது, மண்ணால் வீடுகட்டுதல், பொது சமுதாயக்கூடம் அமைப்பது என்று அவர்களின் உலகம் சுய தேவைகளுக்காக எவரிடமும் கையேந்தி நிற்காதது.

அது போலவே இறைவழிபாட்டிலும் அவர்களுக்கான வழிபாட்டு முறைகள், பாடல்கள், விழாக்களை அவர்களே

உருவாக்கிக்கொண்டனர். பைபிள் வாசிப்பதுகூட அவர்களிடம் கிடையாது.

அவர்கள் முழுமையாக சைவ உணவு பழக்கத்தைக் கைக்கொண்டிருந்தார்கள். முட்டை சாப்பிடுவதுகூட பாவம் என்று விலக்கப்பட்டிருந்தது. அதுபோலவே பாலை அருந்தவும் அவர்கள் மறுத்தார்கள். அது முழுமையாக கன்றுகளுக்கு மட்டுமே உரியது என்று பாலை ஒதுக்கினார்கள். திருமணத்திலும்கூட பெண் விரும்பினால் மறுமணம் செய்துகொள்ளும் பழக்கம் இருந்தது.

தங்களை எவராது தாக்க வந்தால் திருப்பி அடிப்பதற்குப் பதிலாக அந்த அடியை ஏற்றுக்கொள்ள வேண்டும் என்பதே அவர்களின் நடைமுறை. எவ்வளவு வன்முறை பிரயோகப்படுத்தப்பட்டாலும் டுகோபார்ஸ் திருப்பி அடிக்க மாட்டார்கள். அடியைத் தங்களது ஆத்மாவின் பலத்தை சோதிப்பதற்கான பரீட்சையாக நினைத்தார்கள்.

புகையிலை மற்றும் மதுப்பழக்கம் அவர்களிடம் கிடையாது. அது போலவே தங்களைத் தேடிவரும் விருந்தாளிகளுக்கு உணவு உறைவிடம் தருவதற்கு அவர்கள் ஒருபோதும் பணம் வாங்குவதில்லை. ரொட்டியை விலைக்கு விற்பது மிகக் கொடிய பாவம் என்பது அவர்களின் எண்ணம்.

கிராமங்களின் வீதிகள் பெரியதாக இருக்க வேண்டும். மண்ணில் தான் வீடுகட்ட வேண்டும். அடிப்படை வசதிகளுக்கு மேலே உடையோ, உடைமைகளோ வைத்துக்கொள்ளக் கூடாது. பணத்தை ஒருபோதும் பெரிதாக நினைக்கக்கூடாது. விலங்குகள் மற்றும் விவசாய உடைமைகள் பொதுவில் பகிர்ந்து கொள்ளப்பட வேண்டும். ஆணோ பெண்ணோ யாராக இருந்தாலும் கட்டாயம் தங்களால் ஆன வேலையைச் செய்தே ஆக வேண்டும். வயதானவர்களை ஊரே பராமரிக்கும். ஊரின் நிர்வாகத்தைக் கவனிக்க அவர்களே குழு அமைத்துக் கொள்வார்கள். ஆகவே அரசாங்கத்தின் எந்த உதவியும் தேவையில்லாமல் அவர்களே தங்களுக்கான சாலைகள், அடிப்படை வசதிகளை அமைத்துக் கொண்டார்கள். குளியலுக்காகப் பொதுக்குளியல் கூடம் அவர்களிடம் இருந்தது.

திருமணம் செய்துகொள்வது கடவுளின் விருப்பம் என்பதால் அதை அரசாங்கத்தில் போய் பதிவு செய்து கொள்ள வேண்டும் என்பதை அவர்கள் ஏற்க மறுத்தார்கள்.

தொலைபேசி அறிமுகமான உடன் தங்களது கிராமங்களுக்குள் தொலைபேசி வசதியைத் தாங்களாகவே உருவாக்கிக் கொண்டது அவர்களின் முன்னோடி சாதனை. இதுபோலவே ஜாம் செய்வதிலும் தானியங்களைப் பாதுகாப்பதிலும் மாவு அரைப்பதிலும் அவர்கள் தனித்திறன் கொண்டிருந்தார்கள். இயந்திரங்களைப் பயன்படுத்தாமல் கையால் வேலை செய்வதே அவர்களின் பாணி. எங்கே சென்றாலும் நடந்து போவதையே அவர்கள் விரும்பினார்கள்.

இவை யாவையும் விட அவர்கள் ராணுவசேவையை வெறுத்தனர். ஒரு ஆண் கூட ராணுவத்தில் போய் பணியாற்றக் கூடாது என்பதில் கவனமாக இருந்தனர். ராணுவம் என்பது ஆயுதங்களால் மனிதனை அச்சுறுத்தி அடக்கக்கூடியது. ஆகவே ராணுவசேவை எப்போதுமே சமாதானத்திற்கு எதிரானது என்று தங்கள் எதிர்ப்பை காட்ட தங்களது அத்தனை ஆயுதங்களையும் தீயிட்டுக் கொளுத்தினார்கள் டுகோபார்ஸ் மக்கள்.

இன்னொரு பக்கம் தங்களை அரசு கண்டுகொள்ளவே இல்லை என்பதால் அரசிற்கு செலுத்த வேண்டிய வரி மற்றும் நில அளவை, மக்கள் தொகை கணக்கெடுப்பு எதையும் அவர்கள் செயல்படுத்த அனுமதிக்கவில்லை. தாங்கள் ஒரு தனி ராஜ்ஜியம் போலவே அமைதியாக வாழந்தார்கள்.

ஆனால் அரசு மக்கள் நிம்மதியாக ஒதுங்கி வாழ ஒருபோதும் அனுமதிக்காதுதானே. ஆகவே கசாக்கியப்படையை அனுப்பி அவர்களை ராணுவத்தில் சேர்க்க முயன்றது. மறுத்தவர்களைக் கைதுசெய்து சிறையில் அடைத்தார்கள். டுகோபார்ஸின் ஒரு கிராமத்தைச் சுற்றி வளைத்து அவர்களை அடிபணியும்படியாக அடித்தார்கள். அடியைத் தாங்களே முன்வந்து ஏற்றுக்கொண்டபோதும் ஒருவரும் அடிபணியவேயில்லை. வன்முறை கட்டவிழ்த்துவிடப்பட்டது. கைகால்கள் ஒடிக்கப்பட்டு சைபீரிய சிறைகளுக்கு அனுப்பி வைக்கப் பட்டார்கள். பல ஊர்கள் தீக்கிரையாகின. வீடுகள் நொறுக்கப்பட்டன. ஆனால் அவர்களின் ஆத்மபலம் குறையவேயில்லை.

ஒரு நாள் முழுவதும் முந்நூறு கசை அடி வாங்கிய ஒரு மனிதன் மறுநாள் தன்னை அடிக்கின்ற கசாக்கிய வீரனிடம் உனக்கு சரியான ஓய்வு இல்லை. தேவையான உணவும், பழங்களும் என் சேமிப்பில் இருக்கின்றன. அதை சாப்பிட்டு வந்து என்னை அடிக்கலாமே என்று சொல்லியிருக்கிறான். அதுதான் டுகோபார்ஸின் இயல்பு.

பெண்களும் குழந்தைகளும் கூட இந்த வெறியாட்டத்தில் இருந்து தப்பவில்லை. அப்போதுதான் டால்ஸ்டாய் டுகோபார்ஸ் பிரிவினரைப் பற்றிக் கேள்விப்படத் துவங்கினார். உடனே அவர்களுக்கு ஆதரவாகத் தனது அறிக்கையை வெளியிட்டதோடு, அவர்கள் பக்கம் கடவுள் இருக்கிறார். தைரியமாக இருங்கள் என்று ஊக்கப்படுத்தினார். அன்றிலிருந்து டுகோபார்ஸ் மக்கள் டால்ஸ்டாயைத் தங்களது ரட்சகராகவே கருதினார்கள். அவர்களுக்காக அரசிடம் டால்ஸ்டாய் முறையிட்டார். உலகெங்கும் உள்ள பத்திரிகைகளின் கவனத்திற்குக்கொண்டு சென்றார். இதற்காக மதவாதிகள் டால்ஸ்டாயைக் கடுமையாக எதிர்த்தனர். டுகோபார்ஸ் போன்ற இழிவான மக்களுக்காகப் போராடாதீர்கள் என்று டால்ஸ்டாய்க்கு எச்சரிக்கை விடுத்தனர் நிலபிரபுக்கள். ஆனால் அந்த எளிய மக்களின் பக்கமே டால்ஸ்டாய் நின்றார். அவர்கள் போராட்டத்திற்குத் துணை செய்தார்.

அரசாங்கத்தின் கண்களில் இருந்து தப்பியோடி வரும் டுகோபார்ஸ் இயக்கத்தவர்களுக்குத் தனது வீட்டைப் புகலிடமாக்கினார். அவர்களது நியாயத்திற்காக வாதாடினார்.

இந்த நிலையில் ரஷ்ய அரசாங்கம் நாற்பதாயிரம் மக்கள் தொகை கொண்ட டுகோபார்ஸ் பிரிவினர் மொத்தமாக நாட்டை விட்டு வெளியேறிப் போவது என்றால் ஒத்துக்கொள்வதாகச் சொன்னது. அப்போதுகூட அவர்கள் இனி ஒருபோதும் ரஷ்யாவிற்குத் திரும்பி வரக்கூடாது. தங்களது பயணச் செலவைத் தாங்களே பார்த்துக் கொள்ள வேண்டும். சைபீரியச் சிறையில் உள்ள கைதிகள் தண்டனைக் காலம் முடிந்த பிறகே நாட்டை விட்டு வெளியேற அனுமதிப்படுவார்கள் என்ற நிபந்தனைகளை விதித்தது.

அவர்கள் ஒத்துக் கொண்டார்கள். அதன் முதற்கட்டமாக 7,500 அரசு அவர்களை ஏற்றுக் கொள்வதாக அறிவித்தது. ஆனால் 6,000 மைல் பயணம் செய்ய வேண்டும். அது பெரிய சவால்.

ஆகவே டால்ஸ்டாய் தனது நாவலில் இருந்து கிடைக்கும் பணத்தை வைத்துக் கொண்டு அவர்களுக்கு உதவ திட்டமிட்டார். அதற்காக நாவலைத் தொடராக வெளியிட முன்வந்தார். ஒரே நேரம் ஆங்கிலம், பிரெஞ்சு, ஜெர்மன் உள்ளிட்ட மொழிகளில் அது வெளியாக வேண்டும்.

அப்போதுதான் அதிக ராயல்டி கிடைக்கும் என்று முயற்சி செய்தார்.

டால்ஸ்டாயின் விருப்பப்படி 1899ம் ஆண்டு தொடர்கதை நீவா என்ற இதழில் ஆரம்பிக்கப்பட்டது. அதற்காக பனிரெண்டாயிரம் ரூபிள் பணம் பெறப்பட்டு டுகோபார்ஸ் இயக்கத்திடம் ஒப்படைக்கப்பட்டது.

அகதிகளை ஏற்றிக்கொண்டு முதற்கப்பல் 1899 ஜனவரி 4ம் தேதி புறப்படுவதாக இருந்தது. தனது மகன் செர்ஜியையும் அவனது நண்பர்களையும் டுகோபார்ஸ் மக்களுக்குத் துணையாக கனடா அனுப்பிவைத்தார் டால்ஸ்டாய். செர்ஜிக்கு ஆங்கிலம், பிரெஞ்சு, ஜெர்மன் உள்ளிட்ட மொழிகள் தெரியும். பல்கலைக்கழகத்தில் படித்தவர். ஆகவே கனேடிய அரசுடன் பேசி மக்களை அங்கே தங்க வைக்க அவர் உதவி செய்வார் என டால்ஸ்டாய் நினைத்தார்.

2,300 டுகோபார்ஸ்களை ஏற்றிக்கொண்டு முதல் கப்பல் புறப்பட்டது. கடலில் பயணமான சில நாட்களிலே ஒரு குழந்தைக்கு அம்மை வந்து கப்பல் முழுவதும் தொற்றுநோய் பரவியது. ஆகவே எந்தத் துறைமுகத்திலும் கப்பல் நிற்க அனுமதி கிடைக்கவில்லை. 27 நாட்கள் கடலில் நின்றது அந்தக் கப்பல். பசி, நோய்மை என அவர்கள் கப்பலில் முடங்கிக் கிடந்தனர்.

இன்னொரு பக்கம் தனது நாவலை எழுதத் துவங்கும் முன்பாக டால்ஸ்டாய், அதன் மையமாக ரட்சிப்பும் ஆத்மவிசாரணையும் இருக்க வேண்டும் என்று விரும்பினார். அந்த நாவலின் மையக்கதை அவரது நண்பர் வழக்கறிஞர் கோனி சொன்ன ஒரு நிஜ சம்பவத்திலிருந்து உருவானது. அதே போலவே ஒரு இளம்பெண்ணை ஏமாற்றிக் கைவிட்ட சம்பவம் டால்ஸ்டாய் வாழ்விலும் நடை பெற்றிருக்கிறது. ஆகவே அதைத் தனது தவறுக்காக மனம் வருந்தும் ஒருவனின் வாக்குமூலம் போலவே டால்ஸ்டாய் எழுத ஆரம்பித்தார்.

ஒரு நாளைக்குக் பத்து மணி நேரம் தொடர்ந்து எழுதினார். உடல்நலக்கோளாறு ஏற்பட்டது. வேளைவேளைக்கு உணவு சாப்பிட மறந்து போய் எழுதிக் கொண்டேயிருந்தார். பாதி உறக்கத்தில் எழுந்து மெழுகுவர்த்தி உதவியால் எழுதியதும் நடந்தேறியது. தன்னைக் காண வந்த மகள்களைக் கூட அவர் பார்க்க அனுமதிக்கவில்லை. உறக்கத்தில் நாவலைப்பற்றியே புலம்பியதைக் கண்டு மனைவி பயந்து போனார்.

எங்கே ஒருவேளை இந்த நாவலை முடிக்காமல் இறந்து போய்விடுவோமோ என்ற பயம் அவருக்கும் உருவானது.

அவர் நினைத்தது போல வேகமாக எழுத இயலவில்லை. எழுதிய அத்தியாயங்களைத் திரும்பத் திரும்ப அடித்துத் திருத்தி எழுதினார். இதனால் பிறமொழிகளில் மொழியாக்கம் செய்வதில் ஏகப்பட்ட குழப்பங்கள் உருவானது. நாவலின் ஒரு அத்தியாயத்தை அச்சிற்கு அனுப்பிவிட்டு அதில் மாற்றம் செய்ய வேண்டியதைத் தந்தி அனுப்புவார். அது போலவே இதற்கான மொழிபெயர்ப்பு உரிமையைத் தவறுதலாக இரண்டு பேருக்குத் தந்துவிடவே அதிலும் குழப்பம், சட்ட சிக்கல் உருவானது.

டுகோபார்ஸ் மக்கள் அவர் தங்களுக்காக மேற்கொள்ளும் முயற்சிகளுக்காக அவருக்காக மனதாரப் பிரார்த்தனை செய்தனர். ரஷ்ய மக்களோ வாராவாரம் அவரது அத்தியாயங்களுக்காகக் காத்திருந்து வாசித்தனர். நாவல் பாதி எழுதும்போது டால்ஸ்டாய் கடுமையாக நோய்வாய்ப்பட்டார். நாவலை அப்படியே முடித்துவிடும்படியாக மனைவி வற்புறுத்தினார். ஆனால் டால்ஸ்டாய் கேட்கவேயில்லை. அவர் நோய்நீங்கியதும் நாவலைத் தொடர ஆரம்பித்தார்.

டால்ஸ்டாய்க்கு உதவி செய்த அவரது நண்பர்களை அரசு நாடுகடத்தியது. அவர் தனித்து விடப்பட்டார். தனது புத்தக விற்பனை, ராயல்டி, சொந்த வருமானம் என தன்னால் முடிந்த அளவு 17 ஆயிரம் ரூபிள் பணம் திரட்டி, டுகோபார்ஸ் மக்கள் இடம் பெயர்ந்து போக உதவி செய்துகொண்டேயிருந்தார்.

ஆறுமாத காலம் கடுமையான கஷ்டங்களைத் தாங்கிக்கொண்டு டுகோபார்ஸ் மக்களை ஏற்றிக் கொண்ட கப்பல் கனடா போய் சேர்ந்தது. பிரிட்டிஷ் கொலம்பியா பகுதியில் அவர்கள் தங்க வைக்கப்பட்டார்கள். புதிய நிலம், புதிய சூழல். ஆனாலும் கடுமையாக உழைத்து தங்களது வசிப்பிடங்களை அவர்கள் சிறப்பாக உருவாக்கிக் கொண்டார்கள். ஆறுமாதக்காலத்தின் பின்பு செர்ஜி நாடு திரும்பினார்.

டால்ஸ்டாயின் நாவல் 1899 டிசம்பர் 18 அன்று முடிவு பெற்றது. அதை எழுதி முடித்த கையோடு தனது நாட்குறிப்பில் இப்படித்தான் எழுதியிருக்கிறார்.

Completed Resurrection. Not good, uncorrected, hurried, but it is done with and I'm no longer interested.

தான் நேசித்த மக்களைக் காப்பாற்ற வேண்டி ஒரு எழுத்தாளன் எழுதிய ஒரே நாவல் இதுவே. இது போல உலகில் வேறு எங்கும் நடைபெறவேயில்லை. எழுத்தாளனாகத் தான் எதை அறமாகக் கொண்டிருந்தாரோ அதை நடைமுறை வாழ்வில் டால்ஸ்டாய் சாதித்துக் காட்டியிருக்கிறார்.

ரஷ்ய இலக்கிய உலகம் இந்த நாவலை டால்ஸ்டாயின் மகத்தான தோல்வி என்று விமர்சனம் செய்தது. குளறுபடியான மொழியாக்கத்தால் பிரெஞ்சு மற்றும் ஜெர்மனியிலும் நாவல் பெரிதாக வெற்றி பெறவில்லை. ஆங்கிலத்தில் மட்டுமே நல்ல வரவேற்பு கிடைத்தது.

இரண்டு மிகமுக்கிய நாவல்களை எழுதி அடைந்த வெற்றியை டால்ஸ்டாயால் தாண்ட முடியவில்லை. ஆனால் அவர் தனது இந்த நாவல் மற்ற நாவல்களைவிடப் பயனுள்ளது. அதனால் அதன் வெற்றி தோல்விகளை விட அது மகத்தானது என்று அறிவித்தார். அது உண்மையும் கூட.

இந்த நாவலில் வரும் மாஸ்லாவா அவரது முந்தைய நாவல்களை விட வலிமையான பாத்திரம். அன்னா கரீனினாவை விடவும் பலமடங்கு சிறப்பானவள். அவளை நெக்லதுப் சந்திக்கும் இடமும் நீதிமன்ற விசாரணையும் அவனது மனக்குழப்பங்களும் டால்ஸ்டாய் என்ற மேதையின் எழுத்து மேன்மைக்குச் சான்றாக உள்ளது.

இன்றும் அகிம்சை, சமாதானம், சைவ உணவு பழக்கம், சுய தேவைகளை தானே பூர்த்தி செய்து கொள்வது, எளிமை, நல்லசிந்தனை நல்ல செயல், நல்ல மனது என்று டுகோபார்ஸ் வம்சாவழிகள் வாழ்கிறார்கள். காலமாற்றத்தில் பலர் தங்களது பூர்வ அடையாளங்களை மறைத்துக்கொண்டு வாழ்கிறார்கள். ஆரம்ப காலங்களில் கனேடிய அரசு தங்களைப் பலவந்தப்படுத்தி மாற்ற முயற்சித்தபோது தங்கள் எதிர்ப்பை காட்ட டுகோபார்ஸ் உலகிலே முதன்முறையாக நிர்வாணமாக ஊர்வலம் போனார்கள். அதுதான் அவர்கள் காட்டும் அமைதியின் வழி.

டால்ஸ்டாயின் மகன் செர்ஜி தான் டுகோபார்ஸ்களுடன் மேற் கொண்ட பயணம் பற்றி விரிவாக எழுதியிருக்கிறார். அந்த நூலில் தனது அப்பாவைப்பற்றி அவர் குறிப்பிடுவது நெகிழ்ச்சியடையச் செய்கிறது.

புத்துயிர்ப்பு நாவலின் காரணமாக உருவான வழக்குகள், தடைகள், எதிர்ப்புக்குரல்கள் என பிரச்சினைகள் அத்தனையும் ஒருங்கே சந்தித்தார் டால்ஸ்டாய். அதைப்பற்றி வாசிக்கையில் அது புத்துயிர்ப்பு நாவலை விடவும் மிகவும் வியப்பூட்டுவதாக உள்ளது.

புத்துயிர்ப்பு நாவல் ஆன்மாவின் வீழ்ச்சியைப் பற்றிப் பேசுகிறது. புறக்கணிக்கப்படும் நீதியைப்பற்றி பேசுகிறது. குற்றமனப்பாங்கின் துயரத்தைப்பற்றி பேசுகிறது. காதலுக்காக ஒரு பெண் எதிர் கொள்ளும் அவமானங்களைப் பேசுகிறது. அவ்விதத்தில் மனிதன் தனது செயல்களுக்குத் தானே பொறுப்பாளி என்பதையே வலியுறுத்துகிறது.

இன்றும் கனடாவில் இருபதாயிரத்திற்கும் அதிகமாக டுகோபார்ஸ் பிரிவினர் வசிக்கிறார்கள். உலகெங்கும் அவர்கள் தாங்கள் வாழும் இடமெல்லாம் டால்ஸ்டாய்க்கு சிலை வைத்து வழிபடுகிறார்கள். தங்களின் வேதப்புத்தகம் போல புத்துயிர்ப்பு நாவலைத் தினசரி வாசிக்கிறார்கள்.

தான் வாழும் சமூகத்திற்கு எழுத்தாளன் ஆற்ற வேண்டிய பங்களிப்பு என்ன என்பதற்கு இதைவிட வேறு என்ன சாட்சி வேண்டியிருக்கிறது.

டால்ஸ்டாயின் ஆப்பிள் தோட்டம்

எல்லா அப்பாக்களும் மகனை விடவும் மகள் மீதே அதிக அன்பும் நெருக்கமும் கொண்டிருக்கிறார்கள். அதுவும் எல்லா மகளுக்கும் கிடைப்பதில்லை. ஏதோவொரு மகள் அப்பாவின் மிகுந்த அன்பிற்கும் பரிவிற்கும் உள்ளாகிறாள். அப்படி டால்ஸ்டாயின் அன்பிற்கு உரியவளாக இருந்தவள் மாஷா.

தன்னுடைய குழந்தைகளை முத்தமிடுவதைக் கூட ஒரு சடங்குபோல செய்யக்கூடியவர் டால்ஸ்டாய். தாயின் வளர்ப்பில் மட்டுமே உருவானவர்கள் அவரது பிள்ளைகள். அந்த நிலையில் மாஷா ஒருத்தி மட்டும் அப்பா எழுதிக் கொண்டிருக்கும்போது அருகில் நின்று பேசுவது, அவரைக் கொஞ்சுவது, அப்பாவோடு ஒன்றாக நடைப்பயிற்சி போவது, அப்பாவிடம் கதை கேட்பது என்று தனி உரிமை கொண்டிருந்தாள்.

அவளை டால்ஸ்டாய் ஒரு போதும் கோபித்துக்கொண்டதே கிடையாது. அவளும் உறங்கப் போகும் நிமிடம் வரை அப்பாவைப் பற்றியே நினைத்துக் கொண்டிருப்பாள். சிறுவயதிலே தாயை இழந்து போன டால்ஸ்டாய்க்கு அவரது மகள் தன் தாயின் மாற்று வடிவமாகவே இருந்தாள்.

மாஷாவை இதனாலே வீட்டிலிருந்த மற்ற பிள்ளைகளுக்குப் பிடிக்காமல் போனது. மாஷா எப்போதும் சுத்தமான உடைகள் அணியக்கூடியவள். நேர்த்தியாக எழுதவும் படிக்கவும் தெரிந்தவள். ஆனால் அவள் ஒரு நோயாளி. அதுவும் பலவீனமான நுரையீரல் கொண்டவள். குளிர் அவளைப்

படுத்தி எடுத்தது. நோய் முற்றிப் படுக்கையில் கிடந்த நாட்களில் டால்ஸ்டாய் அருகிலே இருந்து அவளைக் கவனித்திருக்கிறார்.

தன் வாழ்நாள் முழுவதும் மகள் அருகிலே இருக்க வேண்டும் என்பதற்காகவே மாஷாவை அருகிலே திருமணம் செய்து கொடுத்திருக்கிறார். சொத்தில் தனக்கு உள்ள பங்கைக்கூட வாங்க மறுத்த மாஷா, தான் அப்பாவின் நெருக்கத்தில் இருப்பதையே விரும்பியிருக்கிறாள்.

இடைவிடாத நோய்மை அவளை வதைத்தது. நோய்முற்றிய நிலையில் அவள் அப்பாவோடு கூடவே இருந்தாள். எந்த நேரமும் அவள் இறந்து போய்விடுவாள் என்பதை டால்ஸ்டாய் உணர்ந்திருந்தார்.

ஆனால் அது நடந்துவிடக்கூடாது என்பதற்காக அவர் ரகசியமாகப் பிரார்த்தனை செய்து கொண்டிருந்தார். நுரையீரல் அழற்சி காரணமாக நிமோனியா முற்றி அவள் ஒரு நாளில் மரணம் அடைந்தாள். அந்தத் தகவல் அவளது மற்ற சகோதரர்கள் பலருக்கும் தெரிவிக்கப்படுகிறது. அவர்கள் அதை எதிர் பார்த்திருந்தார்கள். இறுதிச் சடங்கில் கலந்து கொள்வதற்காகக் குடும்பம் தயார் ஆனது. டால்ஸ்டாய் அழவேயில்லை.

தன் மகளுக்கு விருப்பமான ஆடையை அணிந்துகொண்டு மிக மௌனமாக சவப்பெட்டியின் முன்னால் நடந்து சென்றிருக்கிறார். அவளைப் புதைத்துவிட்டுத் திரும்பிய பிறகும் கூட அவர் தன் வேதனையை வெளிப்படுத்தவேயில்லை. பலரும் டால்ஸ்டாய்க்கு ஆறுதல் சொன்னார்கள். அது எதுவும் அவருக்குள் போகவேயில்லை. அவர் அந்த வலியைக் கொஞ்சம் கொஞ்சமாகத் தனக்குள் நிரப்பிக் கொண்டார்.

ஒரு நாள் அவரது பண்ணையில் வேலைசெய்யும் விவசாயி அவரைச் சந்தித்து இப்படித் தானும் பெண் பிள்ளைகளைப் பெற்று பறிகொடுத்திருக்கிறேன். எதற்காகக் கடவுள் இப்படி நடந்துகொள்கிறார். வாழ்க்கையின் அர்த்தம்தான் என்ன என்று புலம்பியபோது தன்னை அறியாமல் அழுததோடு, இவ்வளவு காலம் எவ்வளவோ எழுதிப் படித்து வந்தபோதும் வாழ்க்கையைப் பற்றி தனக்கு எதுவும் தெரியாது, வாழ்க்கை இரக்கமற்றது என்று புலம்பியிருக்கிறார். மகளின் மரணம் டால்ஸ்டாய்க்குள் எப்போதும் தீராத வலி தருவதாக இருந்தது. இறந்துபோன மகளின் இடத்தை நிரப்புவதற்காகத்தானோ

என்னவோ அவர் தன் படைப்பில் வலிமையான பெண் கதாபாத்திரங்களாக உருவாக்க முயன்றார் என்று தோன்றுகிறது.

*

தன் காலத்தில் வாழ்ந்த எந்த எழுத்தாளரோடும் டால்ஸ்டாய் சண்டையிட்டதில்லை. துவேசத்துடன் எதையும் எழுதியதில்லை. மாறாக, மிகுந்த இணக்கத்துடன் அரவணைப்போடுதான் நடந்து கொண்டிருக்கிறார். துர்கனேவ் அவரைப்பற்றிக் குறிப்பிடும்போது டால்ஸ்டாய் ஒருவர்தான் தன்னோடு ஒரு போதும் சண்டையிடாதவர். இவ்வளவிற்கும் அவரை எவ்வளவோ காயப்படுத்தியிருக்கிறேன். ஆனால் அதை டால்ஸ்டாய் பெரிதாக எடுத்துக் கொண்டதேயில்லை என்று குறிப்பிடுகிறார்.

ஆனாலும் துர்கனேவ் தன்னுடைய மகளைப் படிக்க வைப்பதில் காட்டிய துவேசம் காரணமாக, அவரோடு பதினாறு வருடங்கள் டால்ஸ்டாய் பேசாமலே இருந்திருக்கிறார். செகாவ், கார்க்கி போன்றவர்கள் டால்ஸ்டாயின் மேதமை பற்றி மிக உயர்வாகவே சொல்கிறார்கள்.

டால்ஸ்டாய் எழுதுவதில் ஒருபோதும் சோர்வடைந்ததேயில்லை. அவரது எழுத்திற்குப் பெரும்பலமாக இருந்தது அவரது மனைவி. டால்ஸ்டாயின் மனைவி அவரை இம்சை செய்தார் என்ற பொதுவான எண்ணங்களைத் தாண்டி, அவர் டால்ஸ்டாயின் வேலைகளில் கொண்ட ஈடுபாடும் அர்ப்பணிப்பும் மறக்கமுடியாதது.

டால்ஸ்டாயின் கையெழுத்து மிக சுமாரானது. அதனால் அவரால் நேர்த்தியாக எழுத முடியாது. அத்தோடு இலக்கணப் பிழைகள் மலிந்தது. கையெழுத்துப் பிரதிகளின் குறுக்கும் நெடுக்காக மாற்றங்கள் எழுதிச் சேர்க்கக்கூடியவர் டால்ஸ்டாய்.

அதனால் அவரது கையெழுத்துப் பிரதியை முழுமையாக அவரது மனைவி தன் கையெழுத்தில் மாற்றிப் பிழைகள் நீக்கி எழுதி பதிப்பகத்திற்கு அனுப்புவதோடு, அங்கிருந்து அனுப்பப்படும் பிழை திருத்தம் அத்தனையும் சரி செய்து டால்ஸ்டாயின் ஒப்புதலோடு பதிப்பகத்திற்கு அனுப்பியிருக்கிறார்.

டால்ஸ்டாய் திருத்தப்பட்ட பிரதிகளை அச்சிற்கு அனுப்பிய பிறகுகூட அதில் செய்யவேண்டிய மாற்றங்கள் குறித்து தொடர்ந்து கடிதம் எழுதுவார். சில நேரங்களில் அவர் சில

சொற்களுக்கு மாற்றான இணைச்சொற்களைக் கண்டுபிடித்து அவற்றைத் தந்தியடித்து மாற்றச் செய்திருக்கிறார்.

நான்காயிரம் பக்கம் கொண்ட கையெழுத்துப் பிரதியாக ஒரு நாவலை எழுதி அதை நான்கு முறை திருத்தி எழுதியிருக்கிறார் என்பது எளிமையானதில்லை.

*

ஓர் இரவு தன்னுடைய அறையில் இருந்து பார்த்தபோது பின்னிரவில் தொலைதூரமான ஒரு இடத்தில் வெளிச்சம் வருவதைக் கண்டிருக்கிறார் டால்ஸ்டாய். அது என்ன வெளிச்சம், பனிபெய்யும் அந்த இரவில் யார் விழித்திருக்கப் போகிறார்கள் என்ற யோசனையோடு தன் வீட்டிலிருந்து கிளம்பி வெளிச்சத்தை நோக்கி நடந்திருக்கிறார்.

தாங்கமுடியாத குளிர் நகரை நடுக்கிக் கொண்டிருக்கிறது. வெளிச்சம் வந்த இடம் எங்கே என்று தெரியவில்லை. தேடிக் கண்டுபிடித்தபோது உறங்க இடம் கிடைக்காத பிச்சைக்காரர்கள் ஓர் இடத்தில் குளிர் காய்வதற்காக நெருப்பிட்டு அதன்முன்பாக அமர்ந்தபடியே குளிரைப் போக்கிக்கொண்டு தூங்கிவழியும் முகமும் பசியுமாக இருந்திருக்கிறார்கள். டால்ஸ்டாயைக் கண்டவுடன் அவர்கள் உறக்கத்தை கலைத்துக் கொண்டு பணம் பணம் என்று கையேந்தியிருக்கிறார்கள்.

சாப்பிடுவதற்காக ஏதாவது தரும்படியாக அவர் கால்களைக் கட்டிக்கொண்டு கதறியிருக்கிறார்கள். நடுக்கமும் வேதனையுமாகத் தன்கையில் உள்ள பணம் முழுவதையும் தந்துவிட்டு வீடு திரும்பிய டால்ஸ்டாய் என்ன வாழ்க்கை இது, எதற்காக இவர்கள் இப்படி குளிரில் நடுங்கிக்கொண்டு இந்த நகரில் வசிக்க வேண்டும்.

எங்கோ கடைகோடியில் உள்ள ஒரு ரஷ்ய கிராமத்தில் கூட விவசாயி குளிருக்குப் பாதுகாப்பாக ஒரு வீடு அமைத்துக்கொண்டு வாழ்ந்துகொண்டிருக்கிறான். இவர்கள் எதற்காக நகருக்கு வந்தார்கள். ஏன் இப்படி மக்கள் வாழ்க்கை நிம்மதியாக உறங்கக்கூட முடியாமல் இருக்கிறது என்று நீண்ட யோசனைகளுடன், இவர்களுக்குத் தன் எழுத்தால் என்ன பயன் இருக்கப் போகிறது என்ற சலிப்பும் பற்றிக் கொண்டிருக்கிறது. அந்த நிகழ்ச்சிதான் டால்ஸ்டாய்க்கு கிறிஸ்துவ மதத்தின் மீது மிகுந்த ஈடுபாட்டையும் ஆன்மவிடுதலை பற்றிய எண்ணங்களுக்கும் மூலகாரணமாக இருந்திருக்கிறது.

டால்ஸ்டாய் பசியைத் தாங்க முடியாதவர். அத்தோடு உணவு அருந்தும் மேஜையின் முன்பாக வந்து அமர்ந்தவுடன் பரிமாறப்பட்ட முதல் உணவை வேகவேகமாகச் சாப்பிடக் கூடியவர். ஒரு காலத்தில் வேட்டைகாரராக இருந்த அவர் பின்பு தானாகவே விரும்பி மாமிச உணவைச் சாப்பிடுவதை விலக்கிக்கொண்டார். அதனால் அவருக்கு என்று சமைப்பதற்காகவே தனியே சமையற்காரன் ஒருவன் வீட்டில் இருந்தான். அவன் ஒவ்வொரு நாளும் சமைக்க வேண்டிய உணவைப் பற்றி முன்னதாகவே அவரோடு பேசி முடிவு செய்தே சமைப்பான்.

தனக்குப் பெரும்பசி உண்டு என்று டால்ஸ்டாயே குறிப்பிடுகிறார். அத்தோடு சாப்பாட்டின் முன் உட்கார்ந்தவுடன் தனக்குள் அசுரத் தனம் வந்துவிடுகிறது. தன் வாழ்நாளில் ஒரு நாளும் நிதானமாக உணவு அருந்த தன்னால் முடிந்ததேயில்லை என்கிறார்.

*

வயதான நாளில் தன்வீட்டை விட்டு வெளியேறி டால்ஸ்டாய் அலையத் துவங்கியதற்கும் காரணம் ஒரு விவசாயியே. அவன் ஒரு நாள் டால்ஸ்டாயை சந்தித்து வயதான பிறகும் எதற்காக ஒரு மனிதன் தன் குடும்பம் பிள்ளைகள் என்று மட்டுமே ஒடுங்கியிருக்க வேண்டும். மிச்சமிருக்கும் வாழ்நாளைக் கடவுளுக்காக செலவழிக்கலாம் தானே என்று சொன்னது டால்ஸ்டாய்க்கு ஒப்புதலாக இருந்தது. அவர் தன் அந்திமக் காலத்தில் யாவரையும் விலக்கி தனியே கிளம்பிச் சென்றார்.

வழியில் நோயுற்று ஒரு ரயில்நிலையத்தில் வீழ்ந்தார். அவரை அடையாளம் கண்டு தந்தி கொடுத்து வீட்டிற்குக் கொண்டுவந்து சேர்த்தார்கள். தன் இறுதி நெருங்கிவிட்டதை அறிந்த அவர் ஒவ்வொருவருக்காக நன்றி தெரிவிக்க விரும்பினார். தன்பிள்ளைகள், மனைவி தன் வீட்டிலிருந்த நாய் என்று தன்னைச் சுற்றிய ஒவ்வொன்றிற்கும் டால்ஸ்டாய் நன்றி தெரிவித்திருக்கிறார். முடிவில் தன் மகனை அழைத்து, தான் பிறந்ததில் இருந்து தன்னை அறிந்த மரம் ஒன்று இருக்கிறது. அதை வெட்டாமல் பார்த்துக் கொள்ளவும் என்று சொல்லியிருக்கிறார்.

*

டால்ஸ்டாயின் வாழ்வில் நாய்களுக்கும் குதிரைகளுக்கும் மிக முக்கிய இடமிருந்தது. அவர் நாய்கள் வளர்ப்பதிலும் நாயை அழைத்துக் கொண்டு வேட்டைக்குச் செல்வதிலும் அதிக ஆர்வம் காட்டினார். குறிப்பாக, அவரது வீட்டில் வேலைக்காரியாக இருந்த அகப்யாவிற்கு நாய்கள் என்றால் பிரியம். அவள் நாய்களை கவனிப்பதையே தன் முக்கிய வேலையாக வைத்திருந்தாள். வேட்டைக்காக டால்ஸ்டாய் கிளம்பிச் சென்ற நாட்களில் அவள் நாய்கள் நலமாக வீடு திரும்பி வர வேண்டும் என்று கடவுளிடம் பிரார்த்தனை செய்து மெழுகுவர்த்தி ஏற்றியிருக்கிறாள்.

அதுபோலவே வேட்டை முடித்து நாய்கள் திரும்பி வந்தவுடன் அவற்றைக் கொஞ்சிப் பேசி சாப்பிட வைத்து தனித்தனியாக தன்னிஷ்டம் போல அலைய விடுவாள். ஏன் அந்த வேலைக்காரிக்கு நாய்களிடம் அப்படியொரு ப்ரியம் இருந்தது என்று எவருக்குமே புரியவில்லை. டால்ஸ்டாய் நாய்களின் தன்மையை அறிந்தவர் என்பது அவரது நாவல்களில் பல இடங்களிலும் நுட்பமாக வெளிப் பட்டுள்ளது.

குதிரைகளை வளர்த்து பெரிய பண்ணை ஒன்றை உருவாக்க வேண்டும் என்பதற்காகவே அவர் ஸ்டெப்பி பகுதியில் நிலம் வாங்கி அங்கே குதிரைகள வளர்ப்பதற்கு முயன்றிருக்கிறார். (குதிரை சவாரி செய்வதில் அவருக்கு எப்போதுமே ஆர்வம் அதிகம். ஒரு நாளைக்கு நான்கு மணிநேரம் குதிரை சவாரி செய்வதுதான் தன் உடல் ஆரோக்கியத்திற்கான முக்கிய காரணம் என்று டால்ஸ்டாய் குறிப்பிடுகிறார்.

*

டால்ஸ்டாயின் வீட்டில் இருந்த இன்னொரு வேலைக்காரி இரவில் உறங்குவதேயில்லை. அவள் தன் வயிற்றில் ஒரு மரம் வளர்வதாகவும் அது பெரியதாகி கிளைவிடுவதால் தன்னால் உறங்கமுடியவில்லை என்று நம்பிக்கொண்டிருந்தாள். ஒவ்வொரு நாளும் இரவில் அவள் யார்? என்ன செய்துகொண்டிருக்கிறாள்? என்று இருள் அவளைக் கேட்டுக் கொண்டேயிருப்பதாகவும் அந்தக் கேள்விக்கான பதிலைத்தான் யோசித்து யோசித்து சலிப்படைந்து போய்விட்டதாகவும் அதனால் தனக்கு உறக்கமே வருவதில்லை என்றும் சொல்லியிருக்கிறாள். அதனாலே அவளை சாக்ரடீஸ் என்று டால்ஸ்டாய் கேலி செய்வதும் உண்டு.

*

முதுமை எல்லோரையும் போலவே டால்ஸ்டாயையும் நினைவுகள் தடுமாறச் செய்தது. பல நேரங்களில் அவர் ஒரு சிறுகுழந்தையைப் போல தன்னை யாராவது அரவணைத்து தூக்கும்படியாக மன்றாடியிருக்கிறார். தன் சொந்தப் பிள்ளைகளை, யார் அவர்கள் என்று கேட்டிருக்கிறார். ஐம்பது வருடங்களுக்கு முன்னால் இறந்து போன தனது சகோதரன் ஏன் தன்னைப் பார்க்க வரவில்லை என்று கோபித்துக்கொண்டிருக்கிறார். பலநேரங்களில் இது தன்னுடைய வீடில்லை என்று மறுத்திருக்கிறார். ஆனால் சிறுவயதின் நினைவுகள் துல்லியமாக இருந்திருக்கின்றன. தன் தாயைப் பற்றியும் தன் அப்பாவைப் பற்றியும் அவர் மிக விரிவாக நினைவுகளைப் பகிர்ந்து கொண்டிருக்கிறார்.

*

அவர் விரும்பியபடியே ஆப்பிள் தோட்டத்தின் நடுவில் அவரது கல்லறை அமைக்கப்பட்டது. நிழலும் வெயிலும் பணியும் குளிர்காற்றும் எப்போதும் டால்ஸ்டாயின் புதைமேட்டினைக் கடந்து செல்கின்றன. நீண்ட மௌனத்தினுள் அவர் பூமியினுள் புதையுண்டு கிடக்கிறார். எங்கோ பெயர் தெரியாத ஊர்களில் திரும்பத் திரும்ப டால்ஸ்டாய் வாசிக்கப்பட்டுக் கொண்டேயிருக்கிறார். எழுத்து தன் நீண்ட பயணத்தில் யாவரையும் ஒன்று சேர்த்துவிடுகிறது.

செகாவைக் கொண்டாடுவோம்

(21-01-2011 அன்று சென்னை லிலிகி சிற்றரங்கத்தில் கூடு இலக்கிய அமைப்பில் ஆற்றிய சொற்பொழிவின் உரைவடிவம்)

ஆன்டன் செகாவைப் பற்றிப் பேசுவதற்கு நான் இந்த ஆண்டு பிறந்தது முதலே காத்துக்கொண்டிருந்தேன். இது, செகாவ் பற்றி நான் பேசுகிற நான்காவது கூட்டம். 'செகாவ் மீது பனி பெய்கிறது' என்ற எனது புத்தகத்தை ரஷ்ய மேயர் வெளியிட்டிருக்கிறார். 150 ஆண்டுகளுக்கு முன்பு, ஜனவரி 29—ம் தேதி பிறந்து 44 ஆண்டுகள் மட்டுமே வாழ்ந்தவரான ஆன்டன் செகாவைப் பற்றி இன்றைக்கு நாம் ஏன் பேச வேண்டும்? அவருக்கு எதற்காகப் பிறந்த நாள் விழா கொண்டாட வேண்டும்?

என்னைக்கூட ஒருவர் கேட்டார்: நீங்கள் ஏன் செகாவிற்கு விழா எடுக்கிறீர்கள்? இங்கே நமது புதுமைப்பித்தனுக்கு விழா எடுக்கலாமே என்று. நாம் புதுமைப்பித்தன் உட்பட முக்கியமான எல்லா எழுத்தாளர்களுக்குமே விழா எடுத்திருக்கிறோம், கொண்டாடியிருக்கிறோம், நானே அதில் கலந்து கொண்டு பேசியிருக்கிறேன்.

செகாவைக் கொண்டாடுவது என்பதே புதுமைப்பித்தனைக் கொண்டாடுவது போல்தான். இவரைப் போலவே அவரும் நையாண்டியாக (satire) எழுதுவதில் தேர்ந்தவர். கூர்மையான சமூக விமர்சனம் உண்டு. குடும்ப உறவுகளை ஆழ்ந்து எழுதியவர். இருவரிடமும் நகைச்சுவை உணர்வு அதிகம். அதற்காகவே செகாவை நாம் கொண்டாட வேண்டும்.

செகாவை பற்றிப் பேச எங்கிருந்து துவங்குவது?

செகாவ் எழுதிய நாட்குறிப்புகளில் இருந்தே தொடங்குகிறேன். அவர் எழுதிய ஒரு குறிப்பு இது:

தினமும் அவர் பார்த்துக்கொண்டிருந்த ஒரு காட்சி. காரில் வருகிற செல்வந்தர் ஒருவர் பல்கலைக்கழகத்தின் வாயிலில் சாலையோரமாகக் காரை நிறுத்தச் சொல்லி கண்ணாடியை இறக்கி விட்டு 'த்தூ' என்று பல்கலைக்கழகத்துப் பக்கமாகப் பார்த்து துப்பிவிட்டு உடனே மறுபடி கண்ணாடியை ஏற்றியபடி போய்விடுவாராம். வேறு ஒரு வார்த்தைகூடப் பேசுவது கிடையாது. காரோட்டிக்கு. அந்த இடம் வந்ததுமே தன்னிச்சையாகக் காரை நிறுத்திவிடுகிற அளவுக்கு இது பழக்கமாகிவிட்டது. இதை செகாவ் பதிவு செய்திருக்கிறார். எதற்காக அந்தச் செல்வந்தர் தினமும் சலிக்காமல் இப்படிச் செய்யவேண்டும்? பல்கலைக்கழகத்தின் மீது அவருக்கு அப்படி என்ன கோபம்? அவரது கோபம் ஆசிரியர்கள்மீதா, கல்வித் திட்டத்தின் மீதா, பல்கலைக்கழகப் பாடங்களின் மீதா? ஏதோ ஒன்றின்மீது அவரது கோபம் இப்படி வெளிப்படுகிறது. இதை ஏன் செகாவ் பதிவு செய்யவேண்டும்?

இது போல மற்றொரு சம்பவம். அவரது குறிப்பேட்டில் உள்ளது.

ஒரு பையன் அவனுடைய தேர்வுத்தாளை மாலையில் அவன் வீடு திரும்பியதும் தந்தை வாங்கிப் பார்க்கிறார். 5 மதிப்பெண் வாங்கி வந்திருக்கிறான் பையன். தந்தைக்குக் கண்மண் தெரியாத கோபம். பையனைப் போட்டு அடி அடி என்று அடிக்கிறார். அவன் பரீட்சைப் பேப்பரைக் காட்டி ஏதோ சொல்ல வருகிறான். ஆனால் அப்பா கேட்பதாக இல்லை. வெளுத்து வாங்கி விட்ட பிறகுதான் ஓய்கிறார். மறுநாள் காலை பையனை இழுத்துக்கொண்டு பள்ளிக்குப் போகிறார். தலைமை ஆசிரியரைப் பார்த்து ஆத்திரத்துடன் கேட்கிறார்: என்ன பாடம் நடத்தறிங்க நீங்க? என் பையன் 5 மார்க் வாங்கிக் கொண்டு வருகிறான். இதுதான் நீங்க சொல்லித்தரும் லட்சணமா அதுவா இதுவா? என்று திட்டும் அப்பாவிடம் தலைமை யாசிரியர் அமைதியாகச் சொல்லுகிறார்: ஐயா, உங்கள் பையன் 5க்கு 5 மார்க் வாங்கியிருக்கிறான். அதைக் கவனிக்கவில்லையா நீங்கள்? தந்தை திடுக்கிட்டுப் போய்த் தன் கையிலுள்ள பேப்பரைப் பார்க்கிறார். பையன் 5க்கு 5 மார்க்தான் வாங்கியிருக்கிறான்.

இதை ஏன் நீ நேற்று சொல்லவில்லை? என்று பையன் மீது பாய்கிறார். அதைச் சொல்வதற்குத்தானே அப்பா நான்

பலமுறை முயற்சி செய்தேன். நீங்கள் காது கொடுத்துக் கேட்காமலே அடித்தீர்கள் என்கிறான். தந்தைக்கு அப்போதும் தான் செய்த தவறு புரியவில்லை. அவருக்கு அதுபற்றி எந்தக் குற்ற உணர்வும் இல்லை. அந்தப் பையன் அடைந்த வலியும் அவமானமும் ஏன் கண்டுகொள்ளப் படாமலே போகிறது? ஏன் பெற்றோர் பிள்ளைகளைப் புரிந்து கொள்ளாமல் அடிக்கிறார்கள்? பால்ய வயதின் கசப்பு எளிதில் மறைந்து போகாது. இந்த நிகழ்ச்சி அந்தப் பையன் மனதில் நீங்காத வடுவாக தங்கிப்போய்விடும். அது எவ்வளவு பெரிய சோகம்.

இதில் வருகிற பையன் போலவே இருந்தது செகாவின் சிறுவயது. இப்படி அப்பாவிடம் தினமும் எடுத்ததற்கெல்லாம் அடிவாங்கி வளர்ந்தவர்தான் செகாவ்.

செகாவ் ஒரு முறை சாலையில் செல்லும்போது எதிரில் ஒரு பள்ளி ஆசிரியரைக் காண்கிறார். உடனே தலைகவிழ்ந்து கொள்கிறார். எதற்காக இப்படி செய்கிறீர்கள் என்று அவரது நண்பர் கேட்கிறார். அதற்கு செகாவ், எனக்கு ஆசிரியர்களைப் பார்க்கும்போது அவமானமும், குற்ற உணர்வும் ஏற்படுகிறது. காரணம், ஆசிரியர்கள் பொறுப்பற்று நடந்து கொள்கிறார்கள். அவர்களைச் சமூகத்தின் மனசாட்சியாக நான் நினைக்கிறேன். அவர்கள் அப்படி ஒருபோதும் நடந்து கொள்வதேயில்லை. ஆகவே என்னால் ஆசிரியரின் முகத்தையோ — கண்களையோ நேராகப் பார்க்க முடிவதில்லை. ஆசிரியர் என்பவர் மதிக்கத்தக்கவராக, வழிகாட்டியாக இருக்க வேண்டும். அது ஒரு வேலையில்லை சேவை.

ரஷ்ய ஆசியர்கள் பலருக்கும் பண்பு நலன்கள் இல்லை. ஆசிரியர் தனது தோற்றத்தில், செயலில், பேச்சில் முன்மாதிரியாக இருக்க வேண்டும். அவரைப் பார்த்தவுடனே நாம் மரியாதை செய்ய வேண்டும். ஆனால் இன்று அப்படியா இருக்கிறார்கள். ஆகவே அது என் மனசாட்சியை வதைக்கிறது என்கிறார்.

ஆசிரியரின் தோற்றம், நடத்தை, அவரது அணுகுமுறை பற்றி, அன்றைக்கு நிலவிய கல்வி முறை பற்றி, சமூகத்தைப் பற்றி, சூழ்ந்துள்ள பல விஷயங்களைப் பற்றி செகாவ் தீவிரமான விமர்சனங்களுடன் இருந்தவர்.

அவர் மாற்றுக்கல்வி பற்றி சிந்தித்தார். அதைச் செயல்படுத்த அவரே ஒரு பள்ளியையும் நடத்தியவர். இந்த வகையில் செகாவ்டால்ஸ்டாய் இருவரும் நமது மகாத்மா காந்திக்கு

முன்னோடிகள். காந்தி தென்னாப்பிரிக்காவில் நடத்திய பள்ளிக்கு டால்ஸ்டாய் பெயரைத் தானே இட்டிருந்தார். எழுத்தாளர்களாக மட்டுமின்றி இவர்கள் கல்வி, மருத்துவம், சமூகமேம்பாடு போன்ற அடிப்படையான தளங்களில் வேலை செய்தவர்களாகவும் அமைந்தார்கள்.

பச்சோந்தி என்ற செகாவ் கதையை இங்கே மயிலை பாலு குறிப்பிட்டார். அந்தக் கதை நாம் ஒருபோதும் மறக்கமுடியாதது. எளிமையான, கூர்மையான சமூக விமர்சனமுள்ள கதை. இதுபோல ஒன்றை கு.அழகிரிசாமி கூட எழுதியிருக்கிறார். எல்லா ஊரிலும் தெருநாயைப் பற்றி எழுத்தாளர்கள் கவலைப்படத்தான் செய்கிறார்கள். போலித்தனமான மனிதர்களைவிட அது மேலானதுதானே.

ஒரு மனிதனை நாய் ஒன்று தெருவழியே போகும்போது கடித்து விடுகிறது. கடிபட்டவன் வலிதாங்க முடியாமல் கதறிப் புகார் செய்கையில், அதை விசாரிக்க வரும் போலீஸ்காரனின் தன்மையை இக்கதை சித்தரிக்கிறது. கடித்தது தெரு நாய் என்றதும் அதைப் பிடித்துக் கூண்டில் அடைத்தாக வேண்டும்; உரிமையாளன் யாரென்று கண்டறிந்து தண்டித்தே தீர வேண்டுமென்று கூப்பாடு போடுகிறான் போலீஸ்காரன். அது ஒருவேளை ஜெனரலின் அல்லது அவரது சகோதரரின் நாயாக இருக்கக் கூடும் என்று கூட்டத்திலிருந்து யாரோ சொன்னதுமே, கடிபட்ட மனிதன் தான் தப்பு செய்திருக்க வேண்டும்; உயர்குலத்து அதிகாரி வீட்டு நாய் அப்படியெல்லாம் தெருவில் போகிறவனைக் கடிக்காது என்று மாறிப் பேசுகிற பச்சோந்தித் தனத்தைக் கதையில் செகாவ் கேலி செய்கிறார். இதில் அவர் விமர்சித்திருப்பது அன்றைய அரசின் அதிகாரத்துவத்தை. ஆனால் இன்றைக்கும் நமது வாழ்க்கையில் இதுபோல சம்பவங்கள் நடக்கதானே செய்கின்றன. ஆகவே இது எங்கோ ரஷ்யாவில் மட்டுமே நடந்ததல்ல. நமது தெருவில், நமது வாழ்க்கையிலும் நடக்கக் கூடியதுதான். நமது வாழ்க்கையை யார், எந்த மொழியில் எழுதியிருந்தாலும் அவரை நாம் கொண்டாடத்தானே வேண்டும்?

செகாவ் 206 சிறுகதைகள் எழுதியிருக்கிறார். அவர் மருத்துவப் படிப்புப் படித்துவிட்டு டாக்டராகப் பணியாற்றியவர். டாக்டராக இருந்தபோதிலும் கடுமையான காசநோய் பாதிப்பிற்கு ஆளானவர். 44 வயதிலேயே இறந்தும் போனவர். புதுமைப்பித்தனும் காசநோயினால் மிக இளம் வயதில்

இறந்தவர்தான். இவரும் செகாவைப் போலவே தீவிர நையாண்டி, கேலி, கிண்டல் நிறைந்த படைப்புகளைத் தந்தவர். செகாவின் கதையைக்கூட தமிழில் புதுமைப்பித்தன் மொழி பெயர்த்திருந்தபோதிலும் தனது வாழ்க்கையும் செகாவின் வாழ்க்கையும் பல ஒற்றுமைகளைக் கொண்டிருந்தன என்பதைப் புதுமைப்பித்தன் அறிந்திருக்கவில்லை. இரண்டு பேரின் தந்தையரும் அளவுக்கு மீறிய கண்டிப்புடனும், கோபத்துடனுமே தங்களின் பிள்ளைகளைச் சிறு வயது முதல் அணுகி வந்திருக்கிறார்கள்.

மேதமைக்கும் அற்ப ஆயுளுக்கும் உள்ள உறவு உலகெங்கும் ஒன்று போலவே இருக்கிறது. ஆகவே செகாவை வாசிக்கையில் புதுமைப்பித்தனின் நினைவு ததும்புகிறது.

இருவரிடம் நிறைய ஒற்றுமைகளை என்னால் சொல்ல முடியும். செகாவிற்கு நாடகம். புதுமைபித்தனுக்குச் சினிமா. இருவருமே மனைவியைப் பிரிந்து வாழ்ந்தவர்கள். கடவுளைக்கூட கேலி செய்தவர்கள். அரசியலைப் பகடி செய்தவர்கள். பத்திரிக்கையில் எழுதிப் பெயர் பெற்றவர்கள். ஆக செகாவைப் பேசுவது என்பது புதுமைப்பித்தனை ஓர்மை கொள்வது போலத்தான் இருக்கிறது.

ரஷ்ய இலக்கியம், உலக இலக்கியத்திற்குப் பல கொடைகளைத் தந்திருக்கிறது. உலகின் சிறந்த நாவல்கள் என்று ஒரு பட்டியலை யார், எந்த மொழியில் தயாரித்தாலும் அதில் குறைந்தது பத்து நாவல்களாவது ரஷ்ய நாவல்களாகத்தான இருக்கும். அந்த வகையில் டால்ஸ்டாயும், தஸ்தாயெவ்ஸ்கியும் சிகரங்கள்.

அறிவியல் மேதையான ஐன்ஸ்டீன், அறிவியல் தொடர்பாக தஸ்தாயெவ்ஸ்கி தன் நாவலில் எழுப்பியிருந்த பல கேள்விகளுக்குப் பதில் சொன்னவர். அவ்வளவு ஆழமான கேள்விகளை தஸ்தாயெவ்ஸ்கி எழுப்பியிருந்தார். அவர் எழுத்தாளர் மட்டுமில்லை; தத்துவவாதி, உளவியல் அறிஞர், முன்னோடி சிந்தனையாளர் என்று பல முகங்கள் இருக்கின்றன. தஸ்தாயெவ்ஸ்கியும் செகாவும் சைபீரியச் சிறைச்சாலை பற்றி ஆராய்ந்து எழுதியிருக்கிறார்கள்.

டால்ஸ்டாய் ஆகச்சிறந்த மனிதாபிமானி. காந்திக்கே முன்மாதிரி என்றால் பார்த்துக்கொள்ளுங்கள். அவர் வெறுமனே எழுத்தில் மட்டும் அல்ல; செயலிலும் தன் மனிதாபிமானத்தை, வற்றாத அன்பை வெளிப்படுத்தியவர்.

ரஷ்யாவில் மிகக் கடுமையான ஒரு பஞ்சம் நிலவியது. குப்பைத் தொட்டியில் வீசப்பட்ட ஓர் எலும்புத் துண்டிற்காக ஒரு மனிதனும் நாயும் சண்டை போட்டுப் போராடிய காட்சியைக் காண்கிறார் அவர்.

உடனே மனம் பதறி தனது மாபெரும் பண்ணையில் சேமித்து வைக்கப்பட்டிருந்த தானியங்கள் முழுவதையும் பஞ்சத்தினால் துயரப்படும் மக்களுக்கு விநியோகிக்கிறார். டால்ஸ்டாயின் உதாரணத்தைப் பார்த்து ஆன்டன் செகாவ், பாதிக்கப்பட்ட மக்களுக்கு இலவசமாக மருத்துவ முகாம் நடத்துகிறார். மக்களுக்காக இறங்கிப் பணியாற்றும் டால்ஸ்டாயை ஏசுவாக செகாவ் உணருகிறார்.

பகிர்ந்துகொள்ளப்படும் அன்பைப் போல உன்னதமானது வேறு எதுவுமே இல்லை என்கிறார் டால்ஸ்டாய். எவ்வளவு மகத்தான வாசகமது.

டால்ஸ்டாய் ஒரு பிரபு, அறுநூறு ஏக்கர் நிலம் வைத்திருந்தவர். ஆனால் அவர் ஒருபோதும் பணம் படைத்தவராக நடந்து கொள்ளவில்லை. எளிய மனிதனுக்காகவே பேசினார், எழுதினார். தன் வாழ்நாளின் முடிவில் தனது மொத்த சொத்தையும் விவசாயிகளுக்கு எழுதி வைத்துவிட்டார் என்பதே அவரது மனைவியின் குற்றச்சாட்டு.

ஒரு முறை அவர் மாஸ்கோவில் இருந்தபோது இரவில் சன்னலின் வழியே வெளியே பார்க்கும்போது தூரத்தே தெரியும் ஒரு மினுக்கிடும் விளக்கு வெளிச்சம் டால்ஸ்டாயை ஈர்க்கிறது. பனி கொட்டும் இரவு. அந்த இரவில் எங்கே இருந்து இந்த வெளிச்சப்புள்ளி தென்படுகிறது என்று அறிவதற்காக, பணியோடு நடந்து செல்கிறார் டால்ஸ்டாய். நெடுந்தூரத்தில், குளிருக்கு நடுங்கியபடி குப்பை செத்தை, சுள்ளிகளை எரிக்கும் மனிதர்களின் கூட்டம் ஒன்றைக் காண்கிறார் அவர். அந்தக் காட்சி அவரை உலுக்குகிறது. என்ன அவலமிது. பணக்காரன் கணப்பு அடுப்போடு உறங்க முடியாமல் தவிக்கிறான். வசதியற்றவன் சாலையில் குளிரில் உறங்க இடமில்லாமல் வாழ்கிறான். இதை ஏன் சமூகம் சகித்துக்கொள்கிறது என்று ஆத்திரப்படுகிறார். மறுநாள் எளிய மனிதர்களுக்காக சேவை செய்யப் போகிறேன் என்று எழுதுவதையே நிறுத்திவிட்டு அந்த மக்களுக்காகப் போராடத் துவங்கி விட்டார்.

இதேபோல ஒரு சம்பவத்தை தஸ்தாயெவ்ஸ்கியும் எழுதுகிறார். கடுமையான குளிர் கொண்ட ஓர் இரவில் நடைபாதையில்

வசிக்கும் குடும்பத்தில் ஒரு குழந்தை குளிர் தாங்கமுடியாமல் இறந்துவிடுகிறது. அதன் பெற்றோர் பனியில் நனைந்தபடியே குளிரில் விறைத்து இறந்துபோன குழந்தையைக் கையில் ஏந்தியபடி இரவெல்லாம் அழுதுகொண்டிருக்கிறார்கள்.

இறந்த குழந்தைக்கு மூத்தவளான பெண் குழந்தை தூக்கத்திலிருந்தவள் கண் விழித்துப் பார்க்கையில் தனது பெற்றோரும், அருகில் இருக்கும் நடைபாதைவாசிகளும் அழுதுகொண்டிருப்பதைப் பார்த்து என்ன நடந்ததென்று புரியாமலேயே தானும் அழத் தொடங்குகிறாள். ஏதோ நடந்துவிட்டது என்பது மட்டும் புரிகிறது அவளுக்கு. என்ன நடந்தது என்று பெற்றோரால் சொல்ல முடியவில்லை. சொன்னாலும் புரிந்துகொள்ளக்கூடிய வயதுமில்லை. ஆனால் தொடர்ந்து அழும் சிறுமியின் அழுகையை நிறுத்துவதற்காக அருகே நடைபாதைவாசி தன்னிடம் பாக்கெட்டில் கிடந்த ஒரு மிட்டாயைப் பிரித்து அவள் வாயில் இடுகிறார். ஒருகணம் அழுகையை நிறுத்தும் சிறுமி, மிட்டாயை வெளியே எடுத்து எறிந்துவிட்டுத் தொடர்ந்து அழுதுகொண்டே இருக்கிறாள். சாவு என்பது ஒரு சின்னஞ்சிறு குழந்தையின் சுவையுணர் வைக்கூட மாற்றிவிடும் வல்லமை கொண்டது என்பது தஸ்தாயெவ்ஸ்கியின் பதிவு.

இந்த இலக்கிய மரபில்தான் செகாவ் வருகிறார். நமது முன்னோடிகளே நமது இலக்கியப் போக்கினை வழிகாட்டுகிறார்கள். செகாவின் ஆசான் லியோ டால்ஸ்டாய், நெருக்கமான நண்பர் மாக்சிம் கார்க்கி, அவருக்குப் பிடித்த கவி புஷ்கின். அந்த மரபில் வருபவர் இப்படித்தானே எழுதுவார். அதுதானே நடக்கும்.

ஏன் ரஷ்ய எழுத்தாளர்களை நாம் படிக்க வேண்டும்.

அவர்கள் வாழ்வின் ஆதார விஷயங்களைப் பற்றிக் கவலைப்பட்டிருக்கிறார்கள். ஆழ்ந்து விவாதிக்கிறார்கள். மனித மனதை ஊடுருவி ஆராய்ச்சி செய்கிறார்கள். கடவுள், மதம் குறித்து நிறைய கேள்விகளைக் கேட்டவர்கள் எழுத்தாளர்களே. அதிகாரத்திற்கு எதிராக அவர்கள் குரல் ஒலித்திருக்கிறது. சமூகத்தின் மனசாட்சி போல இருந்திருக்கிறார்கள். எழுதிப் பணம் சேர்ப்பது அல்ல அவர்களது நோக்கம். மக்கள் வாழ்வை மேம்படுத்துவதே.

தினசரி வாழ்வின் நெருக்கடி, துர்மரணம், ஏமாற்றம், பேராசை, நிர்க்கதி, புறக்கணிப்பு போன்றவற்றைப்

பார்க்கும்போது வாழ்க்கை ஏன் இப்படி இருக்கிறது என்ற கேள்வி பிறக்கிறது.

இந்தக் கேள்விக்கான பதிலை ஆராய்வதுதான் எழுத்தாளனின் வேலை. மனித மனம் விசித்திரமானது. அதைப் புரிந்துகொள்வது எளிதில்லை. அதன் ரணங்களை, வலிகளை, நினைவுளை எழுத்தாளர்களே சரியாகப் புரிந்துகொள்கிறார்கள்.

செகாவின் நாட்குறிப்பில், தனது ஐந்து பேரன்களில் குடித்து, திருட்டுத்தனம் செய்து சிறையில் இருக்கிற பேரனைத்தான் தனக்கு மிகவும் பிடிக்கும் என்கிறார் வயதான ஒரு பெண். அதுதான் உலக இயல்பு. அதுதான் மனதின் விசித்திரம்.

கரமசோவ் சகோதரர்கள் நாவலில் தந்தை கொலை செய்யப்பட்டு விடுகிறார். அவரது பிள்ளைகளில் ஒருவன்தான் கொலை செய்தவன். ஆனால், அவர் கொலை செய்யப்பட்டதற்குத் தாங்கள் அத்தனை பேருமே ஏதாவது ஒரு வகையில் காரணமாக இருந்திருக்கிறோம் என்று மகன்கள் உணருவதுதான் நாவலின் மையம். கொலை அல்ல, அதற்கான குற்றமனதையே எழுத்தாளர்கள் ஆராய்கிறார்கள். பிறப்பு, வளர்ப்பு, மரணம், நோய், பணம், அதிகாரம், அறம் என்று எல்லாவற்றையும் மறுபரிசீலனை செய்து பார்க்கிறார்கள். அவர்கள் மேற்கொள்ளும் விசாரணை, நாம் விதி என்று அடையாளப்படுத்தி நம்மை ஏமாற்றிக் கொள்வதைக் கடுமையாகச் சாடுகின்றன.

டால்ஸ்டாய், தஸ்தாயெவ்ஸ்கி ஆகிய இருபெரும் சிகரங்களுக்கு நடுவே பொங்கி நுரைத்துப் பாய்ந்த பேராறுதான் ஆன்டன் செகாவ். அவரின் படைப்புகள் அனைத்திலுமாகச் சேர்த்து 8000 கதாபாத்திரங்களை உருவாக்கி இருக்கிறார் என்கிறார்கள்.

செகாவ், இத்தனை கதாபாத்திரங்களை எங்கேயிருந்து படைத்தார் அவர்? தன்னைச் சுற்றிய வாழ்க்கையிலிருந்துதான். அவர் கண்டு, கேட்டு, அனுபவித்த நிகழ்ச்சிகளில் இருந்துதான் இத்தனை பாத்திரங்களையும் சிருஷ்டித்தார் செகாவ். அதில் பெரும்பான்மை எளிய மனிதர்கள், உலகின் கண்ணில் முக்கியம் எனப்படாதவர்கள், சாமான்யர்கள், பெண்கள். பெண்களைக் குறித்து அதிகம் எழுதிய சிறுகதை ஆசிரியர் அவரே.

செகாவினுடைய முன்னோர் பண்ணையடிமைகளாய் இருந்தவர்கள். செகாவின் காலத்தில்தான் அந்தப்

பண்ணையடிமை முறை ஒழிக்கப்பட்டது. செகாவின் அப்பா துறைமுக நகரம் ஒன்றில் சிறிய பலசரக்குக் கடை ஒன்று நடத்தி வந்தவர். மிகவும் சாதாரண குறைந்த வருமானம்தான். ஏழ்மை. ஆறு பிள்ளைகள். மதநம்பிக்கை கொண்ட அம்மா, கோபக்கார அப்பா. இதுதான் அவரது பால்யம். சிறுவயதில் நாம் படும் சிரமங்கள் வாழ்வில் எவ்வளவு வசதியாக உயர்ந்து போனாலும் மனதில் இருந்து மறைந்து போகவே செய்யாது. அந்த ஆதங்கம் தீராதது. பால்யத்தின் வடுக்கள் ஒருபோதும் ஆறாதவை.

அப்பாவின் அடி—உதையால்தான் தனக்கு மத நம்பிக்கையே இல்லாமற் போனதற்குக் காரணம் என்கிறார் செகாவ். நம்மில்கூட பெரும்பாலானோருக்கு மத நம்பிக்கை—ஈடுபாடு இருப்பதற்கும், இல்லாமல் இருப்பதற்கும் நமது குடும்பங்களில் அது திணிக்கப்படுவதுதான் காரணம். இச்சூழலில் செகாவ் குடும்பம், கடன்சுமை தாங்காமல் இரவில் ஊரை விட்டு வெளியேறிப் போய்விட முயன்றது. இது மிகத் துயரமான ஓர் அனுபவம். கடன் கட்ட முடியாமற் போகும் குடும்பங்கள் பெரும்பாலும் இரவில்தான் வெளியேறிப் போகிறார்கள். வாழ்ந்து கெட்டவர்கள் வேறு என்ன செய்வார்கள். அவர்கள் வெளியேறிப் போவதை உடனிருப்பவர்கள் பார்ப்பது பெரும் துயரமில்லையா?

எல்லா சந்தோஷமான குடும்பங்களும் ஒன்று போல இருக்கின்றன. ஆனால் துயருற்ற குடும்பங்கள் ஒவ்வொன்றும் தன்னளவில் தனியாகவே இருக்கின்றன என்பது டால்ஸ்டாயின் வரி இது ஒரு கண்டுபிடிப்பு இல்லையா? இது ஐன்ஸ்டீனின் கண்டுபிடிப்பிற்கு இணையான சாதனையில்லையா.

அப்படி செகாவின் பெற்றோர், பிள்ளைகளுடன் வெளியேற முயன்றபொழுது கடன்காரர்கள் வந்து சூழ்ந்து கொள்கிறார்கள். நீ வாங்கிய கடனைக் கொடுத்து விட்டு எங்கு வேண்டுமானாலும் போ. தொகையைக் கொடுக்க முடியாவிட்டால், அடமானமாக எதையாவது கொடு. உன் பிள்ளைகளில் யாரையாவது அடமானம் வைத்துவிட்டுப் போ என்கிறார்கள். அப்போது வழியில்லாமல் செகாவைத்தான் அடமானமாக விட்டுவிட்டுப் போகிறார்கள் அவரது பெற்றோர். அதில் சில வருடம் போராடி கடன் அடைந்த பிறகு மாஸ்கோ போகிறார் செகாவ்.

துயரங்களால் மட்டுமே நிரம்பியிருந்த எனது சிறு வயது வாழ்க்கை முழுவதிலும் இறுதி வரையிலும்கூட என்னைக்

எஸ். ராமகிருஷ்ணன்

காப்பாற்றியது என்னுள் இருந்த நகைச்சுவை உணர்வுதான் என்கிறார் ஆன்டன் செகாவ். அப்போது ரஷ்யாவில் நிலவிய சமூக சூழலை அறிந்துகொள்ள வேண்டியது அவசியம்.

நம்மூரில் ஆங்கிலம்போல் அங்கு பிரெஞ்ச் மொழி மோகம் தலைவிரித்தாடியது. பொதுமொழியாக ரஷ்ய மொழி இருந்தாலும் உயர்குடி மொழியாக பிரெஞ்சு மொழிதான் இருந்தது. பிரெஞ்சுக் கலாச்சாரத்தைக் கொண்டாடினார்கள். பிரெஞ்சு இலக்கிய வாதிகள், இசைக்கலைஞர்கள் போற்றப்பட்டார்கள். அது மாறி ரஷ்ய மொழிமீது புதிய விழிப்புணர்வு வர எழுத்தாளர்கள் முயற்சித்தார்கள். அன்று இருந்த அரசு கல்வியை எளிய மக்களும் கற்றுக்கொள்ளக் கதவுகளைத் திறந்துவிட்டது.

அதனால் அடித்தட்டு மக்கள் கல்வி கற்கும் வாய்ப்புக் கிடைத்த போது, செகாவ் மருத்துவம் படிப்பதற்குப் போகிறார். குடும்பத்தின் கடனை அடைப்பதற்காக மேல்வருமானம் தேவை. அதற்காகத்தான் எழுத ஆரம்பிக்கிறார் செகாவ். நகைச்சுவைத் துணுக்குகள்தான் அவரது ஆரம்ப காலக் கதைகள். உதாரணமாக மீசை இல்லாத ஆண் எப்படி இருப்பான்? மீசை உள்ள பெண் எப்படி இருப்பாளோ அப்படித்தான் இருப்பான் என்பது போன்ற சின்னஞ்சிறு நகைச்சுவைக் கதைத் துணுக்குகளாக நிறைய எழுதினார் செகாவ். அவற்றைப் படித்த ஒரு விமர்சகர் செகாவிற்கு எழுதிய கடிதமொன்றில் இந்த மாதிரிக் குட்டிக்கதைகள் எழுதுவதையெல்லாம் மூட்டை கட்டி வைத்து விடு. பல்வேறு விதமானவர்களாக மனிதர்கள் இருக்கிறார்கள். அவர்களை நுட்பமாகப் பார்த்து எழுத வேண்டும் என்று குறிப்பிடுகிறார். அதைப் படித்த பின்தான் செகாவ் தீவிரமான படைப்புகளை எழுதத் தொடங்கினார். செகாவிற்கு நாடகத்தில் சிறுவயது முதலே ஈடுபாடு இருந்தது. ஆகவே நாடகங்களும் எழுதத் துவங்கினார்.

அவரால் ஒரு நாளில் நாலு சிறுகதைகளை எழுதி விட முடிந்திருக்கிறது. அவரது எல்லாக் கதைகளிலும் தனிமைதான் முக்கிய கருப்பொருளாக இருக்கிறது. அதிலும் பெண்கள் தனிமையை எதிர்கொள்ளும் விதத்தை அவர் உன்னிப்பாக அறிந்து எழுதியிருக்கிறார்.

குடும்பம் எப்படி ரசனையற்று இருக்கிறது என்பதை, அதிகாரப் போட்டியை, பணக்காரர்களின் போலித்தனத்தை,

மருத்துவர்களின் அறியாமையை என அவரது கதைகளின் கவனம் மிக நுட்பமானது. நனவோடை எனப்படும் உத்தியை செகாவ் சிறப்பாகப் பயன்படுத்தியிருக்கிறார். பகட்டான மொழியில்லாத எளிய நடை அவருடையது. உரையாடல் எழுதுவதில் அவருக்கு இணை யாரும் கிடையாது.

செகாவ் எழுத்தாளராக மட்டும் இருந்தவரல்ல. பல்வேறு மாற்று செயல்பாடுகளைக் களத்தில் இறங்கிச் செய்து வந்தவர். மருத்துவப் பணியை சேவையாகவே செய்து வந்தார். அதனால் 'மூணு ரூபிள்' டாக்டர் என்றே அவருக்குப் பெயர். அவ்வளவுதான் அவர் வாங்கிய கட்டணம். தனது மருத்துவமனைக்கு நோயாளிகள் வரவேண்டுமென எதிர்பார்த்தவர் இல்லை. நோயாளிகளைத் தேடிச்சென்று சிகிச்சை அளிப்பார். ஒரு பெண் குழந்தை பிரியமாய் வளர்த்த நாயை, இவரிடம் சிகிச்சைக்காக கொண்டுவருகிறாள். "அம்மா, நான் மிருகங்களுக்கு சிகிச்சையளிக்கும் டாக்டர் இல்லையே. நீ மிருக வைத்தியரிடம்தான் போக வேண்டும்" என்றார் செகாவ். "இந்த ஊரில் அப்படி ஒரு மிருக வைத்தியர் யாரும் இல்லையே. என்ன செய்யட்டும்? நீங்கள்தான் எப்படியாவது இந்த நாய்க்கு சிகிச்சையளிக்க வேண்டும்" என்று மன்றாடுகிறாள் சிறுமி. செகாவும், அப்பெண் சொல்வது சரிதான்; அந்த ஊரில் மிருக வைத்தியர் யாரும் கிடையாதே என்பதை உணர்கிறார். நாய்க்கு சிகிச்சையளிப்பதோடு, உனக்கு அறிவு கிடையாதா? அந்தப் பெண் உன்னை நம்பித்தானே இருக்கிறாள்? நீ உன் உடம்பைப் பார்த்துக்கொள்ளாமல் இப்படி அவளைக் கஷ்டப்படுத்துகிறாயே? என்று அந்த நாயைக் கடிந்து கொள்ளவும் செய்கிறார். அதைக் கேட்டுக்கொண்டிருக்கும் சிறுமி, "நான் என் நாயை வளர்ப்பதை சரியாகப் புரிந்துகொண்ட ஒரே ஆள் நீங்கள்தான்" என்று நன்றி கூறுகிறாள். இதுதான் செகாவின் மேன்மை.

செகாவின் பல கதைகளில் பலரகமான நாய்கள் வருகின்றன. ஒவ்வொன்றும் ஒவ்வொரு ரகம். ஒன்றைப் போல் இன்னொன்று கிடையாது. ஒரு கதையில் வருகிற நாய்க்குத் தன் வால் அழகாயில்லை என்று ஒரே ஆதங்கம். போகிறபோதும் வருகிறபோதும் தன் வாலைத் திரும்பிப் பார்த்தபடி வருத்தப்படும் நாய் அது. அதற்குத்தான் நாயாய் இருப்பது பற்றி வருத்தமேயில்லை. தன் வால் அழகாய் இல்லையே என்பதுதான் ஒரே வருத்தம். அவர் தனது

பயணத்தின் போது ஒரு முறை இலங்கைக்கு வந்து இறங்கினார். இலங்கையில் இருந்து திரும்புகையில் அவருக்கு நினைவுப் பரிசாக என்ன வேண்டு மென்று கேட்கிறார்கள். ஒரு கீரிப்பிள்ளை இருந்தால் கொடுங்கள் என்று சொல்கிறார் செகாவ். ஆச்சரியத்துடன் கீரிப்பிள்ளையையும் புனுகுப்பூனை ஒன்றையும் கொடுத்தனுப்புகிறார்கள். தனது ஊருக்குத் திரும்பி வந்த செகாவினால் அங்கு அவற்றைத் தன்னுடனேயே வைத்து வளர்க்க முடியாது என்று தெரிய வரும்போது மிகவும் வருத்தமாக இருக்கிறது. அதை மிருகக்காட்சிசாலை கூட வாங்க மறுக்கிறது. அந்தக் கீரிப்பிள்ளை அவருக்கு இலங்கையை நினைவூட்டியபடியே இருக்கிறது.

நாரை ஒன்றை வாழ்நாளின் இறுதி வரை பிரியத்துடன் வளர்த்து வந்தவர் செகாவ். அந்த நாரை எந்த எழுத்தாளர் செகாவைப் பார்க்க வந்து பேசத் துவங்கினாலும் அருகில் வந்து நின்று கொள்ளும். தன்னை விட அதிக இலக்கிய அறிவு உள்ள நாரை என்று அதைச் சொல்கிறார் செகாவ்.

செகாவ் தனது மருத்துவமனையை ஒட்டி கட்டாந்தரையாக இருந்த நிலத்தைப் பண்படுத்தி விதவிதமான பூச்செடிகளை வளர்க்கிறார். பூக்கள் நிறைந்த தனது தோட்டத்தை வந்து பார்க்குமாறு கார்க்கியை அழைக்கிறார். கார்க்கியும் வந்து பார்வையிடுகிறார். "ரஷ்யாவில் சாதாரணமாக எல்லா இடத்திலும் பூக்கிற பூக்களைத் தானே இந்தச் செடிகளிலும் பார்க்கிறேன். இதைப் பார்க்கவா என்னை அழைத்து வந்தீர்கள்?" என்று கேட்கிறார் கார்க்கி. அப்போது செகாவ் கார்க்கியிடம் சொன்னது இது; "ஆச்சர்யம் இந்தப் பூக்களில் இல்லை. இவை மலர்ந்திருக்கும் இந்த நிலம் கொஞ்ச நாட்களுக்கு முன்பாக வெறும் கட்டாந்தரையாக இருந்த தரிசு நிலம். இந்த மாதிரிக் கட்டாந்தரையிலும் கூட பூக்கள் பூக்கும் என்று தெரிந்ததுதான் எனது ஆச்சரியத்திற்குக் காரணம். இப்படியே ஒவ்வொரு மனிதரும் தன்னைச் சூழ்ந்துள்ள கட்டாந்தரைகளில் பூக்கள் மலரும் என்று தெரிந்து கொண்டால், மலரச் செய்தால் உலகமே பூக்களின் மயமாகி விடும்தானே?" என்று செகாவ் சொன்னதும் கார்க்கியும் வியந்து போகிறார்.

எவ்வளவு பெரிய மனது எவ்வளவு பெரிய கனவு.

டால்ஸ்டாய் மிகவும் பலமான உடல்வாகுடையவர். பிரபு குடும்பத்துப் பிள்ளை. குதிரையேற்றம், நடை என்று தன்

உடலை மிகுந்த வலிமையான ஆகிருதியுடன் வைத்திருந்தவர். அவர் எழுதின ஒவ்வொரு நாவலும் அச்சிலேயே 1,500 பக்கங்கள் வரை வரும். இப்படி 5 முக்கிய நாவல்களை எழுதியவர். அப்போது மையில் தொட்டுத் தொட்டு எழுதும் பேனாதான். ஒருமுறை தொட்டு ஒரு வாக்கியம் எழுதுவதற்குள் மை உலர்ந்து போகும். இதைக் கொண்டு 20,000 பக்கங்கள் கொண்ட கையெழுத்துப் பிரதிகளாக 5 நாவலுக்கும் எழுதினார் என்றால் அவரது உடல்வலிமைக்கு வேறு சான்று வேண்டாம். அப்படிப்பட்டவர் ஒருமுறை குதிரையேற்றத்திற்குப் போகையில் செகாவையும் உடன் அழைத்துப் போகிறார். காட்டுப் பகுதியில் போய்க் கொண்டே இருக்கும்போது ஒரு குருவியின் துயரம் தோய்ந்த பாடலைக் கேட்கிறார்கள் இரண்டுபேரும். எப்போதும் அந்தக் குருவி ஒரே சோகப் பாடலை மட்டுமே பாடிக்கொண்டிருக்கிறதே என்று டால்ஸ்டாய் சோகமடைகிறார். மனிதர்களுக்கு எவ்வளவோ இசையிருக்கிறது. குரலிருக்கிறது. குருவிக்கு ஒரே குரல் ஒரே இசை. அதன் சோகம் தன்னை மிகவும் வருத்துவதாகச் சொல்லி பலநேரங்களில் இது போல நாம் தேற்றமுடியாத சோகம் நம்மைப் படுத்தி எடுக்கிறது செகாவ் என்கிறார். எப்பேர்ப்பட்ட ஆசான் பாருங்கள்.

செகாவ், மருத்துவமனையில் டாக்டராகப் பணி செய்து கொண்டே தான் எழுதிக்கொண்டு வந்தார். காசநோய் அவரை வாட்டிக் கொண்டிருந்தது. ரத்தவாந்தி எடுத்தபடியே வாழ்ந்தார். சாவின் கை அவரது தோளில் எப்போதும் கிடந்தது. ஆனால் அவர் பயம் கொள்ளவேயில்லை.

எப்போதும்போல கிராமங்கள்தோறும் சென்று சிகிச்சை அளிக்கிறார். அவர் சந்தித்த மக்கள் பலரகமானவர்கள். அடிப்படை உணவில் தொடங்கி ஒவ்வோர் அம்சத்திலும் வெவ்வேறு ரசனையுடையவர்கள். வெவ்வேறு வாழ்க்கைத் தரங்களையும், தட்டுகளையும் சார்ந்திருந்தவர்கள். அத்தனையும் ஒன்று சேர்ந்து அவரை எழுத்தாளராக்கியது.

அவரது ஆறாவது வார்டு சிறுகதை நம் சமூகத்தின் சீரழிந்த அடையாளம்தானே. செகாவின் கதைகளில் எதுவுமில்லை என்று அவரை விமர்சகர்கள் கடுமையாகத் திட்டினார்கள். இன்று அவர் தான் உலகின் தலை சிறந்த சிறுகதை ஆசிரியர் என்று கொண்டாடப்படுகிறார். ஆகவே ஒரு எழுத்தாளன் மீது வைக்கப்படும் விமர்சனம் அவனை ஒன்றும் செய்துவிடாது. நல்ல படைப்பு அவனை என்றும் வாழ வைத்திருக்கும்.

ரஷ்ய இலக்கியங்களின் பாதிப்பில்தான் நவீனத் தமிழ் சிறுகதை உருவானது. அதில் செகாவிற்கு முக்கிய பங்கு இருக்கிறது. உலகெங்கும் சிறுகதைகள் எழுதுவோர் விரும்பிப் படிப்பது செகாவைத்தான். 32 மொழிகளில் அவரது கதைகள் வெளியாகி உள்ளன. தமிழில் இவரது முக்கியக் கதைகள் வெளிவந்துள்ளன. அதுவும் நேரடியாக ரஷ்ய மொழியில் இருந்தே மொழியாக்கம் செய்யப்பட்டிருக்கின்றன.

குற்றவாளிகளைப் பற்றி அறிந்து கொள்வதில் செகாவிற்கு எப்போதுமே ஈடுபாடு அதிகம். அவர் இளைஞராக இருந்தபோது சிறைக்கைதிகளைச் சந்திக்க Sakhalin என்ற ஜப்பானிய—ரஷ்ய எல்லைப்பகுதிக்குச் சென்றிருக்கிறார்.

சைபீரியாவின் துயரங்களை இரண்டே பேர்தான் நேரில் சென்று கண்டறிந்து தமது எழுத்துக்களில் பதிவு செய்திருக்கிறார்கள். ஒருவர் செகாவ். மற்றொருவர் தஸ்தாயெவ்ஸ்கி. அவர் தனது Notes from the Underground-ல் சைபீரியா பற்றிப் பதிவு செய்திருக்கிறார்.

அன்றைய ரஷ்யாவின் பீனல் காலனியாக — குற்றவாளிகளைத் தண்டிப்பதற்காக ஒதுக்கப்பட்ட பகுதியாக இருந்தது சைபீரியா. Sakhalin என்ற இடத்தைப் போய்ப்பார்த்து, அங்கிருந்த பத்தாயிரம் பேரையும் சந்தித்து நேர்காணல் எடுக்கிறார். அங்கே சந்தித்த ஒரு தாயையும் மகளையும் பற்றி அவர் பதிவு செய்கிறார். வறுமையின் கொடுமை தாளாமல், அந்தத் தாயே மகளை விபச்சாரம் செய்து ஏதாவது கொஞ்சம் பணத்துடன் வருமாறு அனுப்புகிறார். மகளும் பக்கத்து நகரத்தில் அம்மாவின் சொற்படி வாடிக்கையாளர்களுக்காகக் காத்திருக்கிறார். இரண்டு நாட்கள் வரை இந்தப் பெண்ணை ஒருவரும் அணுகவில்லை. மூன்றாவது நாள் இரண்டு ஆண்கள் இவளிடம் வந்து பேசி அழைத்துப்போகிறார்கள். இருவருமாக இவளை அனுபவித்தபின் ஒரு நோட்டைக் கொடுத்துவிட்டுப் போய் விடுகிறார்கள். வீட்டிற்கு வந்து பொழுது விடிந்ததும் தான் சம்பாதித்து வந்த ரூபாயை அம்மாவிடம் கொடுக்கும் போதுதான் அவர்களுக்குத் தெரிகிறது: அந்த நோட்டு பல வண்ணங்களில் அச்சிடப்பட்ட காலாவதியாகிப்போன ஒரு லாட்டரிச் சீட்டுதான் அது.

அந்த லாட்டரிச் சீட்டைப் பார்த்துப் பார்த்து தான் ஏமாந்து போனதை எண்ணி அழுது கொண்டே இருக்கிறாள்

தாய். செகாவின் பாத்திரங்கள் இப்படியான துயரப்பட்ட மனிதர்கள்தாம்.

'பந்தயம்' என்ற செகாவின் கதை இந்த மாத செம்மலர் இதழில் மீள்பிரசுரம் செய்யப்பட்டிருக்கிறது. நொடித்துப்போன வங்கி முதலாளியும், அறையினுள் தனிமைச் சிறையில் அடைபட்டுக் கிடக்கும் ஒரு குற்றவாளியும் தங்களுக்குள் போடுகிற பந்தயமும் அதில் கடைசியில் இருவருமே தோற்றார்களா ஜெயித்தார்களா என்று இரண்டிற்கும் பொருந்தி வருகிற விதத்தில் அமைந்திருக்கும் முடிவும் தான் அக்கதை.

"வாழ்க்கைதான் எல்லாவற்றையும் விட பெரியது. தனிமைச் சிறையில் ஒருவன் அடைபட்டு உயிருடன் இருப்பதை விட வெளியேறிப் போய் உயிரை விடுவது மேல். வாழ்க்கையைத் தவிர வேறு எதையும் பெரிதாக நினைக்காதீர்கள்" என்று வங்கி முதலாளிக்குக் கடிதம் எழுதி வைத்துவிட்டுத் தனிமைச் சிறையான பாதாள அறையிலிருந்து தப்பித்துப் போயிருப்பான் அந்த மனிதன்.

இதேபோல — இலத்தீன்—அமெரிக்க எழுத்தாளர் போர்ஹேஸின் சிறுகதை — Pedro Salvadores நிலவறையினுள் அடைபட்டிருக்கும் ஒரு மனிதனின் தனிமை, அந்த மனிதனுக்குக் காலத்தின் சின்னஞ்சிறு துகளைக் கூட அறிந்துகொள்ளும் ஆற்றலைத் தந்துவிடுகிறது என்பதை உணர்த்துகிறது. கற்பனை பயத்தால் தனது வாழ்வை இழப்பவனைப் பற்றிச் சொல்கிறது இக்கதை. செகாவ்தான் இதற்கு மூலம் என்பது போலவே இருக்கிறது.

செகாவின் 'ஆறாவது வார்டு' நாவலில் அரசாங்க அதிகாரத்துவம் தனது குடிமக்களுக்கு, ஏன் தனது அங்கமான ஊழியர் ஒருவருக்குக் கூட எப்படி அடக்குமுறை பற்றிய அச்சத்தை ஊட்டிவிடுகிறது என்பதைத்தான் நையாண்டியுடன் சித்தரித்திருக்கிறார் அவர்.

இதற்கு வரலாற்றில் சாக்ரடீஸ் காலத்திலிருந்து நீங்கள் எடுத்துக் காட்டுகளைக் காணமுடியும். ஒரு அமைச்சர் அளிக்கும் விருந்திற்குப் போய் அவரின் வருகைக்காகக் காத்திருக்கிறார்கள் சாக்ரடீசும் அவரது நண்பர்களும்.

அமைச்சர் வரத் தாமதமாகிறது. பொறுமையிழந்த சாக்ரடீஸ் நண்பருடன் வெளியேறி விடலாமா என ஆலோசிக்கிறார். அமைச்சர் வரும் வேளையில் நாம் வெளியே போனால்

அரசாங்கப் பிரதிநிதியை நாம் அவமதித்து விட்டதாகக் கருதி நம்மைத் தண்டித்துவிடுவார்களே?” என்று கேட்கிறார் நண்பர். சாக்ரடீஸ் சொல்கிற பதில் இது:

“அரசு, என்னையோ வேறு யாராவது ஒருவரையோ தண்டிக்க வேண்டும் என்று விரும்பினால், முடிவு செய்தால் அதற்கான காரணத்தையும் அரசே சிருஷ்டித்துக் கொள்ளும். அரசுக்கு அது ஒருபோதும் பிரச்சினையே இல்லை” இந்த அனுபவம்தான், எத்தனையோ நூற்றாண்டுகள் கடந்த “ஆறாவது வார்டு” நாவலில் வருகிற திமீத்ரிச்சின் அனுபவமும்.

செகாவின் வாழ்க்கை காதல்கள் நிரம்பியது. பல பெண் நண்பர்கள், அவர்களுடனான காதல்கள்.. கடைசியில் அவர் திருமணமும் செய்துகொள்கிறார். வினோதமான ஓர் ஒப்பந்தத்தை இருவரும் செய்துகொள்கிறார்கள், செகாவின் நாடகங்களில் நடித்து வந்த ஒல்கா நிப்பர் என்ற நாடக நடிகையை அவர் காதலித்தார். அவரையே மணந்துகொள்ள விரும்பினார்.

அதற்குத்தான் இந்த நிபந்தனை, அதாவது திருமணத்திற்குப் பிறகு ஒல்கா மாஸ்கோவில் வசிக்க வேண்டும். அவர் யால்டாவில் இருப்பார். அதாவது கணவன் ஓர் ஊர், மனைவி ஓர் ஊர். இரு வரில் எவர் எப்போது விரும்பினாலும் மற்றவரைத் தேடி வரலாம், தங்கலாம். ஒன்றாக ஒரே வீட்டில் வசிப்பது மட்டும் வேண்டாம். காரணம், அதற்காக இருவருமே நிறைய விட்டுக் கொடுக்க வேண்டும். சமரசம் செய்துகொள்ள வேண்டும். அது தேவையற்றது. அவரவர் சுதந்திரத்தோடு வாழ வேண்டும் என்றால் தனியே வாழ்வதே சிறப்பானது. அதை ஏற்றுக்கொண்டு ஒல்கா அவரைத் திருமணம் செய்துகொண்டார். தனித்தே மாஸ்கோவில் நாடக நடிகையாக வாழ்ந்தார்.

நிஜம்தானே. திருமணத்தின்போது அதிகம் பாதிக்கப்படுவது பெண்ணே. அத்தனை வருடமாகத்தான் வேர் கொண்டிருந்த இடத்திலிருந்து பெயர்த்து எடுக்கப்பட்டு விடுகிறவள் பெண்தான்.

ஒரே வீட்டில் பல காலம் ஒன்றாக வசிக்கும் கணவன்—மனைவி இருவரும் மேஜையும் நாற்காலியும் போல அலுப்பூட்டும் பொருளாகிப் போகிறார்கள் என்கிறார் செகாவ். ஆகவே இதைப் போக்க காதலி போலவே மனைவியை நேசிக்கவே இந்த ஏற்பாடு என்கிறார்.

"நீங்கள் தனிமை போரடிக்கிறது என்று விரும்பித் திருமணம் செய்துகொண்டால் அதன் பிறகு ஒரு போதும் உங்களுக்குத் தனிமை என்பதே கிடைக்காது" என்பதுதான் செகாவின் எண்ணம்.

செகாவின் காசநோய் முற்றுகிறது. தன் வாழ்நாள் எண்ணப்படுவதை அவர் அறிந்தே வாழ்ந்திருக்கிறார். ஆனால், அதைப் பற்றி அவருக்கு ஒரு புகாரும் கிடையாது. சந்தோஷமாகவே நடந்து கொண்டார்.

நோய் முற்றிய ஒரு கட்டத்தில் ஜெர்மன் சென்று அங்கே நோய்க்கு இதமான சீதோஷ்ணநிலை இருந்த ஆரோக்கிய நிலையத்தில் தங்கி சிகிச்சை எடுத்துக் கொள்கிறார். அதிர்ஷ்டவசமாக அவருக்குச் சிகிச்சை அளிக்க ஒரு ரஷ்ய டாக்டர் கிடைத்து விடுகிறார்.

சாவின் கடைசிநொடி நெருங்குகிறது. மரணத்தின் முன்பாக கடைசியாக ஒரு ஷாம்பெயின் குடித்து சந்தோஷமாக இறந்து போகிறார் செகாவ். செகாவின் மனைவி, அன்று இரவு முழுவதும் செகாவின் பிணத்துடன் இருக்கப் போவதாகக் கூறி அவ்வாறே செய்கிறார். இறந்த உடலின் முன்பு அவர் என்ன பேசியிருப்பார். என்ன தனிமையது. காதலின் உன்மத்தம் அதுதானோ.

மருத்துவமனையில் தினசரி செகாவைப் பார்த்துப் போக ஒரு பூங்கொத்துடன் வருகிற ஒரு பையன் மறுநாளும் வருகிறான். அவனிடம். "இன்று மட்டும் அந்தப் பூங்கொத்தை நீயே அவரின் தலைமாட்டில் வைத்து விடு. இன்று அவர் தானே எழுந்து வந்து அதை வாங்கிக் கொள்ளும் நிலையில் இல்லை" என்கிறாள் மனைவி.

மறுநாள் செகாவின் உடல் ஒரு பெட்டகத்தில் அடைக்கப் பட்டு தவறுதலாக மீன்கள், சிப்பிகள் ஏற்றிவரும் சரக்கு வண்டி மூலம் சொந்த ஊருக்கு வருகிறது.

அவரது மரணம் நடந்த நாளில் யுத்தமுனையில் இறந்துபோன மிலிட்டரி ஜெனரல் ஒருவரின் உடலும் மற்றொரு பெட்டகத்தில் அதே ஊருக்கு வருகிறது. செகாவின் உடல் இருந்த பெட்டகத்தின் பின்னால் தவறுதலாக இராணுவ அதிகாரிகள் குழல் ஊதிக்கொண்டு வந்துவிடுகிறார்கள். இதனால் மரண ஊர்வலத்தில் பெரிய குழப்பம் நடக்கிறது.

எஸ்.ராமகிருஷ்ணன் ✦ 43

"வாழ்நாள் முழுக்க இருந்தது போலவே சாவுக்குப் பிறகும் செகாவ் வேடிக்கையானவராகவே இருந்திருக்கிறார்" என்று கார்க்கி இதைப்பற்றிக் குறிப்பிடுகிறார்.

44 வயதில் மறைந்துவிட்டாலும், இன்றும் செகாவின் அலை உலகு முழுவதும் பரவியிருக்கிறது. செகாவின் நாடகங்கள் உலகப் புகழ்பெற்றவை. அவை திரைப்படமாகவும் எடுக்கப் பட்டிருக்கின்றன. அவரது கதைகள் படமாக்கப்பட்டிருக்கின்றன. தொடர்ந்து நிறைய எழுதியவர் அவர். அவரது புகழ்பெற்ற வாசகம் கதையில் துப்பாக்கி பயன்படுத்தப்பட்டால் கதை முடிவதற்குள் அது வெடித்துவிட வேண்டும் என்பது. புனைவின் நுட்பத்திற்காகச் சொன்ன வாசகமது.

ஷேக்ஸ்பியர், இப்சன் எழுதிய நாடகங்களைப் போலவே இவரின் நாடகங்களும் உலக முழுமையிலும் பரவியவை. சிறுகதைத் துறையை விடவும் நாடக உலகில் செகாவின் இடம் பிரமாண்டமானது. ஐரோப்பிய நாடுகளில் மிகவும் அதிகம் வாசிக்கப்பட்டவர் செகாவ் மட்டுமே. அமெரிக்க நகரம் ஒன்றில் வீதியில் நாள் முழுக்க செகாவின் கதைகளைப் போவோர் வருவோரிடம் "ஓர் ஐந்து நிமிடம் உட்கார்ந்து இதைக் கேட்பீர்களா?" என்று வேண்டிக் கொண்டு படித்துக் காட்டியவாறு இருக்கிறார் ஒரு ரசிகர். கேட்டு விட்டுப் போகிறவர்களுக்கு நன்றி கூறி வழியனுப்புகிறார் அவர்.

அந்த அளவிற்கு செகாவ் கதைகள் ஐரோப்பாவில் பிரபலமானவை. அவரால் உருவான மிகப்பெரிய எழுத்தாளர் ரேமண்ட் கார்வர். கார்வரது கடைசிக் கதை 'எர்ரன்ட்'. அது செகாவின் இறுதி நாளைப் பற்றியது. செகாவை அமெரிக்கா கொண்டாடக் காரணமாக இருந்தவர் கார்வர். தனது ஆசான் செகாவ் என்று கார்வர் பெருமிதத்துடன் சொல்கிறார்.

150வது பிறந்தநாள் விழாவை இன்று உலகம் முழுவதும் கொண்டாடுகின்றன. அவரது கதைகள், அவரைப் பற்றிய படங்கள், நாடகங்கள் என்பதாக உலகம் முழுவதும் கொண்டாட்டம் நடந்து வருகிறது.

என்னால் ஒருபோதும் மறக்கமுடியாத செகாவின் ஒரு கதை 'துக்கம்' ஒரு குதிரை வண்டியோட்டியின் குறிப்பிட்ட ஒருநாள் வாழ்க்கையைப் பற்றியது. அவன் அன்றைய தினத்தில் வண்டியில் ஏறும் ஒவ்வொருவரிடமும் தான் ஒன்று சொல்ல வேண்டுமெனவும், அதைக் கொஞ்சம் காது கொடுத்துக் கேட்குமாறும் வேண்டிக் கொள்கிறான். ஆனால் அவன்

சொல்வதைக் கேட்பதற்கு ஒருவர்கூடத் தயாராக இல்லை. அன்று மாலை வரை இப்படியே போகிறது. சோர்வும். சலிப்புமாக வண்டியில் இருந்து குதிரையை அவிழ்த்து ஓரமாகக் கட்டி விட்டு அதற்கு நீரும், இரையும் கொடுத்தபடியே அதனிடம் பேசுகிறான் வண்டியோட்டி, "இன்றைக்கு என் மகன் இறந்துபோய் விட்டான். அந்த இழப்பின் துக்கம் நிரம்பிய மனதுடன் தான் இன்று முழுக்க வண்டி ஓட்டிக் கொண்டிருக்கிறேன். இதைத்தான் வண்டியில் சவாரி செய்ய வந்தவர்களிடம் சொல்லுவதற்கு முயற்சி செய்தேன். ஒருவர் கூட அதைக் கேட்பதற்குத் தயாராக இல்லை. நீயாவது என் துக்கத்தைக் கேட்கிறாயா?" என்று குதிரையிடம் சொல்லச் சொல்ல, அதுவும் ஏதோ புரிந்ததைப் போல தலையாட்டிக் கொண்டிருக்கிறது. இப்படியாக முடிகிறது அந்தக் கதை.

இந்தக் கதையைப் போன்றதுதான் செகாவின் வாழ்வு. துயரக்கதை கேட்ட குதிரை போன்றதுதான் அவரது எழுத்து.

செகாவ் மனிதர்களை, அவர்களின் உணர்வுகளைத் தானே நேரடியாகக் கண்டு அறிந்து உணர்ந்து எழுதியவர். அதை நாமும் நிஜமாக உணரச் செய்கிறார் என்பதே அதன் தனிச் சிறப்பு.

ஒருமுறை குதிரை இரவில் பனியில் நனைவதைக் கண்டு தானும் அது போல பனி கொட்டும் இரவில் வெளியே நின்று பனி உணர்ந்து பார்த்தவர் செகாவ். அதைச் சொல்லும்போது மொழியற்ற துயரைப் பகிர்ந்து கொள்வதே அவரது சிறுகதையின் இயல்பு என்று குறிப்பிட்டிருந்தேன். அது உண்மை.

அவரது 'நாய்க்கார சீமாட்டி' கதைதான் நான் படித்த மிகச் சிறந்த காதல் கதை, அதைப்பற்றி எனது 'செகாவின் மீது பணி பெய்கிறது' என்ற புத்தகத்தில் விரிவாக எழுதியிருக்கிறேன்.

உலகின் துயரம் பல நேரங்களில் மொழியற்றது. மொழியற்ற துக்கத்தை யாரெல்லாம் எழுதுகிறார்களோ, படைப்பு மொழியில் சொல்லுகிறார்களோ அவர்களெல்லாம் உன்னதமான — மாபெரும் எழுத்தாளர்கள். செகாவ் அப்படியான ஓர் உன்னதமான மாபெரும் படைப்பாளி.

அவரை நாம் தொடர்ந்து வாசிப்போம்.

கொண்டாடுவோம்.

அசடன்

தஸ்தாயெவ்ஸ்கியின் முக்கிய நாவலான இடியட்டைத் தமிழில் மொழியாக்கம் செய்திருக்கிறார் பேராசிரியர் எம்.ஏ.சுசீலா. இவர் முன்னதாக குற்றமும் தண்டனையும் நாவலை மிகச்சிறப்பாக மொழி யாக்கம் செய்தவர், மார்ச் மாதம் வெளியாக உள்ள இந்த மொழி பெயர்ப்பு நாவலுக்காக ஒரு முன்வெளியீட்டுத் திட்டம் அறிவிக்கப் பட்டுள்ளது, இலக்கிய வாசகர்கள் அனைவரும் இதில் முன்பதிவு செய்து ஆதரிக்க வேண்டுகிறேன்.

தஸ்தாயெவ்ஸ்கியின் Crime And Punishment, The Idiot, The Possessed (or Devils), The Brothers Karamazov ஆகிய நான்கு நாவல்களும் தனித்துவமானவை. அவற்றை ஒரு சேர ஒருமுறை வாசித்திருக்கிறேன். நான்கும் ஒரு பெரிய இதிகாசத்தின் தனிப்பகுதிகள் போலவே இருக்கின்றன.

நான்கின் முக்கியக் கதாபாத்திரங்களும் தீவிரமான மனப்போராட்டமும் நெருக்கடியும் கொண்டவர்கள். தனிமைதான் அவர்களது முக்கியப் பிரச்சினை. மேகத்தில் மறைந்துள்ள சூரியனைப்போல, அவர்கள் இருப்பு பிறர் கண்ணில் படாதது. நிலவறை உலகம்தான் அவர்களுக்குப் பிடித்தமானது. பகல் வெளிச்சத்தை அவர்கள் விரும்புவதில்லை. சக மனிதர்களோடு இயல்பாகப் பேசிப் பழக முடியாமல் ஒதுங்கியே வாழ்கிறார்கள். அதேவேளை உலகின் சகல குற்றங்களுக்கும் தாங்கள் ஒரு விதத்தில் பொறுப்பாளர்களாக கருதுகிறார்கள். அதன் பொருட்டு இடையறாத மனவருத்தம் கொள்கிறார்கள். தஸ்தாயெவ்ஸ்கியின் எழுத்து வாசிக்க வாசிக்க

ஈரக்களிமண்ணைப் போல பிசுக்கென நம் உடலோடு ஒட்டிக் கொள்ளக்கூடியது.

பொதுவாக பிரசித்திபெற்ற பல நாவல்கள் பெண்களின் அகவுலகை, உளவியலை மிக நுட்பமாகச் சித்தரிப்பவை. உதாரணமாக, மேடம் பவாரி, ஜேன் ஐயர், வுதரிங் ஹைட்ஸ், எம்மா, அன்னா கரீனினா போன்றவற்றைக் குறிப்பிடலாம். ஆனால் தஸ்தாயெவ்ஸ்கி ஆண்களின் அக, புறநெருக்கடியை அதிகம் முன்வைக்கிறார். அதிலும் வாழ்வில் தோற்றுப்போய் தனக்குத்தானே பேசிக் கொள்ளும் ஆண்களின் மனதை நெருங்கி எழுதுவதே அவரது முதல் விருப்பம். அதைத்தான் அவரது புனைவெழுத்து முழுவதிலும் காணமுடிகிறது. வீழ்ச்சியுற்ற ஆண்களுக்குத் தூய வெளிச்சம் போல மீட்சி தருபவர்கள் பெண்கள் என்கிறார் தஸ்தாயெஸ்வ்கி.

அதற்காகப் பெண்களை உலகைக் காக்க வந்த உன்னத தேவதைகள் போல அவர் சித்தரிப்பதில்லை. தனது நெருக்கடிகளுக்குள்ளும் மற்றவர் துயரைத் தனதாக்கிக் கொள்கிறார்கள் என்றே அவர்களை அடையாளம் காட்டுகிறார். தஸ்தாயெவ்ஸ்கியின் நாவலில் வரும் பெண்கள் அதிகம் சிரிப்பதில்லை. துயரத்தின் நிழல்களாகவே உலவுகிறார்கள். ஆனாலும் அவர்கள் உறுதியான மனதும், தீராத அன்பும் கொண்டிருக்கிறார்கள். தன்னை வதைப்பவர்களைக்கூட அவர்கள் நேசிக்கத் தயங்குவதேயில்லை. அப்பாவோடு மகள்களுக்குள்ள உறவு பற்றி தஸ்தாயெவ்ஸ்கி எப்போதுமே எழுதுகிறார். அது வெறுப்பும் அன்பும் கலந்தே எழுதப்படுகிறது.

தஸ்தாயெவ்ஸ்கியின் தாயான மரியாவின் சாயல் அவரது எல்லாப் பெண் கதாபாத்திரங்கள் மீதும் படிந்தேயிருக்கிறது. தஸ்தாயெவ்ஸ்கியிடம் பாலுணர்வு குறித்த தேடுதல் அதிகமிருக்காது. வேசமை குறித்து எழுதும்போதும் அவர் ஆன்ம வீழ்ச்சியின் அடையாளமாகவே அதை எழுதுகிறார். சூழலின் நெருக்கடி பெண்களின் விருப்பத்தைச் சிதறடிக்கிறது. அவர்கள் குடும்பத்தின் வறுமை, அதனால் உருவாகும் புறக்கணிப்பு, அவமானத்தின் பொருட்டு தனது ஆசைகளைக் கைவிடுகிறார்கள். அவர்களுக்குள் தன்னை யாராவது உண்மையாக நேசிக்க மாட்டார்களா என்ற ஏக்கம் மின்மினியின் ஒளி போல மினுங்கிக் கொண்டிருக்கிறது.

விதியின் பெருங்கரம் இரக்கமின்றி தஸ்தாயெவ்ஸ்கியின் கதாபாத்திரங்களை உருட்டி விளையாடுகிறது. அவர்கள்

நம்பிக்கை எனும் முறிந்த கழியை ஊன்றி இருண்ட உலகில் முன்னேறிச் செல்கிறார்கள். நரகம் என்பது நாமாக உருவாக்கிக் கொள்வது தான் என்ற உண்மை அவரது நாவல்களில் துல்லியமாக வெளிப்படுகிறது.

மெல்விலின் மோபிடிக் நாவலில் திமிங்கல வேட்டைக்குக் கப்பலில் செல்வார்கள். திமிங்கலம் மனித விருப்பங்களைச் சூறையாடித் தனது இயல்பில் கடலில் சென்றபடி இருக்கும். அந்தத் திமிங்கலத்தை ஒத்த மனிதர்களையும் அவர்களிடம் சிக்கித் தவிக்கும் கதா பாத்திரங்களையும் உருவாக்கி, ஆசையின் பின்சென்று வீழ்ச்சியுறும் போராட்டத்தையே தஸ்தாயெவ்ஸ்கியின் நாவல்கள் தொடர்ந்து சித்தரிக்கின்றன.

வீழ்ச்சிதான் தஸ்தாயெவ்ஸ்கியின் எல்லா நாவல்களின் மையப் படிமம். எதிர்பாராமையும் குற்றவுணர்ச்சியுமே அவரது முக்கிய கதைநரம்புகள். வாழ்வின் துயரம் மனிதனை எந்த இழிநிலைகளுக்கும் கொண்டு போய்விடும் என்பதையே கதைப் போக்காகக் கொள்கிறார்.

நாவல் என்பது ஒரு நீண்ட கதையாடல் என்பதைத் தாண்டி நாவலின் வழியே சமகால சமூகச் சூழல், ஆன்மவிடுதலை, மதத்திற்கும் மனிதனுக்குமான உறவு, கடவுளின் இருப்பு, அடித்தட்டு மக்களின் இருண்ட வாழ்வு என்று நிறைய வாதங்களை முன்வைக்கிறார். ஆகவே இவரது நாவல்கள் தர்க்கங்களும், தத்துவார்த்தப் பின்புலமும் கொண்டவை. வாழ்வனுபவங்களின் வழியே அவை புதிய உண்மைகளை அடையாளம் காட்டுகின்றன.

முக்கியக் கதாபாத்திரங்களுக்கு இணையாக உப கதாபாத்திரங்களை உருவாக்குவது தஸ்தாயெவ்ஸ்கியின் தனிச்சிறப்பு. கரமசோவ் சகோதரர்கள் நாவல் இதற்கு சிறந்த உதாரணம். இடியட்டிலும் அதைக் காண முடிகிறது.

உலகை முழுமையாக நேசிப்பவன் அசடனாகவே கருதப்படுவான் என்று சொல்லும் தஸ்தாயெவ்ஸ்கி, தன்னை அறிந்தவன் மற்றவர்களின் பரிகாசத்தை ஒருபோதும் கண்டுகொள்வதில்லை என்றும் விளக்கிக் காட்டுகிறார்.

இந்த நாவலில் வரும் இரண்டு பெண் கதாபாத்திரங்களும் முக்கியமானவர்கள். அதிலும் நடாஷ்யா கதாபாத்திரம் பைபிளில் வரும் மரியா மக்தலேனாவை நினைவுபடுத்துவது போலவே உருவாக்கப் பட்டிருக்கிறது. இந்த நாவலை

தஸ்தாயெவ்ஸ்கி மூன்று ஆண்டுகாலம் ஒரு இதழில் தொடர்கதையாக எழுதியிருக்கிறார்.

இடியட் நாவல் நான்கு பகுதிகளாக உள்ளது. இந்நாவலை பிரெஞ்சு எழுத்தாளர் மார்ச்ல் புருஸீன் Remembrance Of Things Past உடன் ஒப்பிடலாம். இரண்டும் எழுத்தாளரின் சொந்த வாழ்வும் புனைவும் இணைந்து உருவான நாவல்கள். 'இடியட்' நாவலின் நாயகன் 'மிஷ்கின்' இயேசுவின் மாற்று உருவம் போலவே உருவாக்கப் பட்டிருக்கிறான். ஆனால் இவன் ஒரு தோற்றுப்போன கிறிஸ்து. உலகின் மீதான அன்பையும் மனித உறவுகளின் நெருக்கடிகளையும் இந்நாவலெங்கும் தஸ்தாயெவ்ஸ்கி சிறப்பாக விவரிக்கிறார்.

மிஷ்கின் தஸ்தாயெவ்ஸ்கியின் நிழல் போலவே காட்சித் தருகிறான். நான்கு ஆண்டுகாலம் சுவிட்சர்லாந்தின் சானிடோரியத்தில் தங்கி வலிப்பு நோய்க்கு சிகிச்சை எடுத்துக்கொண்டு பீட்டர்ஸ்பெர்க் திரும்புகிறான் மிஷ்கின். அவன் அதிகம் படித்தவனில்லை. உடல் வலிமையற்ற ஒரு நோயாளி. ஆனால் அவன் மனதில் நேசமும் அன்பும் நிரம்பியிருக்கிறது. அவனது ஒரே உறவினரான ஜெனரலைச் சந்திப்பதே அவனது நோக்கம். அதற்காகவே பீட்டர்ஸ்பெர்க் வருகிறான். அவருக்கு மூன்று மகள்கள் இருக்கிறார்கள். அதில் ஒருத்தி அழகி. இவர்களுடன் தங்கி நட்புகொள்ளத் துவங்குகிறான்.

மிஷ்கினுக்கு எதிர்நிலை அவன் ரயிலில் சந்திக்கும் ரோகோஜீன். அவன் தீமையின் உருவம் போலவே அடையாளப்படுத்தப்படுகிறான். ஆனால் அவனோடும் மிஷ்கின் நட்பாகவே இருக்கிறான். அவனுக்காககண்ணீர் விடுகிறான். மிஷ்கின் சந்திக்கும் மனிதர்களும் அவர்களோடு உள்ள நட்பும் என உபகதைகளோடு நாவல் நீள்கிறது.

தஸ்தாயெவ்ஸ்கி தான் மரணதண்டனைக்காகக் காத்திருந்த நிமிடத்தை இந்த நாவலில் அற்புதமாகப் பதிவு செய்திருக்கிறார். சாவின் முன்னால் நிற்பவன் தனக்குக் கிடைத்துள்ள கடைசி ஐந்து நிமிடத்தை எப்படித் துளித்துளியாகப் பகிர்ந்து கொள்கிறான் என்ற விவரணை இலக்கியத்தின் மிக உயர்ந்த பதிவு.

அதுபோலவே கில்லட்டின் எனப்படும் தலைவெட்டப்படும் தண்டனையின் குரூரம் பற்றி மிஷ்கின் வேதனைப்படுகிறான்.

Torture is better than instantaneous death because one still has hope if tortured என்பதே அவனது எண்ணம்.

சிறையில் சிலந்தியோடு பேசும் ஒரு குற்றவாளி ஒரு இடத்தில் அறிமுகப்படுத்தப்படுகிறான். தனிமை எவ்வளவு பெரிய தண்டனை என்பதை அது சுட்டிக்காட்டுகிறது.

மிஷ்கினுக்காக நடைபெறும் விருந்தில் அவன் பணியாளரைப் போல நடந்து கொள்கிறான். தன்னை நேசிக்கும் பெண்ணிற்காக அவமானங்களை எதிர்கொள்வதில் தவறில்லை என்று ஒரு இடத்தில் சொல்கிறான். வலிப்பு நோய் அவனை வாட்டுகிறது. அது துயருற்ற அவனது ஆன்மாவின் குறியீடு போலவே இருக்கிறது.

அபத்தமான சூழலும், போலித்தனமும், பகட்டும், பொய்மையும், வணிக தந்திரங்களும் நிரம்பிய ரஷ்ய மேல்தட்டு வர்க்க சமூகத்தின் மீது வைக்கப்பட்ட கறாரான விமர்சனமாக இந்த நாவலைக் குறிப்பிடலாம்.

ஏன் 'அசடன்' என்ற தலைப்பு இந்த நாவலுக்கு வைக்கப்பட்டிருக்கிறது என்ற வாதப்பிரதிவாதங்கள் இன்றும் இருக்கின்றன. அப்பாவி என்பதே சரியான சொல் என்று ஒரு தரப்பு இன்றும் வாதிடுகிறது. ஆனால் வெளியில் பார்க்க முட்டாள்தனமாகத் தோன்றும் ஒருவன் உள்மனதில் தெய்வாம்சம் கொண்டிருக்கிறான் என்பதே இந்த தலைப்பின் அர்த்தம் என்று இன்னொரு தரப்பு வாதிடுகிறது.

இந்த நாவல் எழுதியதைப் பற்றிய தஸ்தாயெவ்ஸ்கியின் குறிப்பு இப்படித்தானிருக்கிறது.

My primary hero (Prince Myshkin)-is extraordinarily weak. Perhaps he does not sit weakly in my heart, but he is terribly difficult. And in the same letter he complains that sanctity is not a natural literary theme. In order to create the image of a saint, one has to be a saint oneself. Sanctity is a miracle, the writer cannot be a miracle-worker.

நாவலின் பெரிய பலம் உரையாடல்கள். கவித்துவமான, ஆழ்ந்த உண்மைகளை எளிமையாக வெளிப்படுத்தும் உரையாடல்கள் அவை. தனது எண்ணங்கள், கடந்த கால வாழ்வு என அத்தனையும் உரையாடல் வழியாகவே மிஷ்கின் வெளிப்படுத்துகிறான். ஜெனரலின் மகள்களோடு மிஷ்கின்

உரையாடும் பகுதி அற்புதமாக எழுதப்பட்டிருக்கிறது. அதுதான் நாவலின் மையப்புள்ளி.

நான்குமுறை இந்த நாவல் படமாக்கப்பட்டுள்ளது. ஜப்பானிய இயக்குனர் ‘அகிரா குரசேவா’ அவரது பார்வையில் இதைப் படமாக்கியிருக்கிறார். இந்தியாவின் மிக முக்கிய இயக்குனரான மணிக்கௌல் இதை இந்தியில் தொலைக்காட்சிக்கான குறும்படமாக உருவாக்கியிருக்கிறார்.

ஆங்கிலத்தில் பனிரெண்டு வேறுபட்ட மொழிபெயர்ப்புகள் இந்த நாவலுக்கு உள்ளன. அதில் சமீபத்தில் வெளியான David McDufi மொழிபெயர்ப்பு மிகச்சிறந்த ஒன்று.

இந்த நாவலைப்பற்றி ‘ஹெர்மன் ஹெஸ்ஸே’யின் கட்டுரை முக்கியமான ஒன்று. அதில் அவர் மிஷ்கினைப்பற்றி சரியாகக் குறிப்பிடுகிறார்.

Why does no one understand myshkin, even though almost all love him in some fashion, almost everyone finds his gentleness sympathetic, indeed often exemplary? What distinguishes him, the man of magic, from the others, the ordinary people?

It is because the “idiots” way of thinking is different from that of the others. Not that he thinks less logically or in a more childlike and associative way than they - that is not it. His way of thought is what I call “magical.” This gentle “idiot” completely denies the life, the way of thought and feeling, the world and the reality of other people. His reality is something quite different from theirs. Their reality in his eyes is no more than a shadow, and it is by seeing and demanding a completely new reality that he becomes their enemy.

For Myshkin the highest reality, however, is the magical experience of the reversibility of all fixed rules, of the equal justification for the existence of both poles.

(Thoughts on The Idiot by Dostoevsky- Hermann Hesse)

தஸ்தாயெவ்ஸ்கி நாவல்களில் எனக்கு மிகவும் பிடித்த நாவல் இது. கரமசோவ் சகோதரர்கள் நாவலில் மனித மனதின் இருண்மையைப் பேசிய தஸ்தாயெவ்ஸ்கி இந்த நாவலில் மீட்சியைப் பேசுகிறார். எந்த எதிர்பார்ப்பும் இல்லாமல் ஒரு மனிதன் அனைவரோடும் அன்பு செலுத்தி வாழ்வதற்கு ஏன்

அனுமதிக்கப்பட மறுக்கிறான் என்ற தஸ்தாயெவ்ஸ்கியின் கேள்வி இன்றும் பதிலற்றே இருக்கிறது.

இடியட் நாவல் அன்பின் பிரகாசத்தை ஒளிரச்செய்யும் அற்புதப் படைப்பு. இதிகாசத்தைப்போல வாழ்வின் மேன்மைகளைச் சொல்லும் ஒரு உயர்ந்த நாவல்.

தமிழில் இந்த நாவல் வெளிவர இருப்பது ஒரு மிக முக்கிய நிகழ்வு.

தஸ்தாயெவ்ஸ்கியின் குதிரை

எந்தச் சாவி கதவைத் திறக்கப் பயன்படுகிறதோ அதுவே கதவைப் பூட்டவும் பயன்படுகிறது என்று ஒரு யூத நீதி மொழியிருக்கிறது. நாவல்களுக்குள்ளும் அப்படித்தான் நடைபெறுகிறது.

எல்லா நாவலினுள்ளும் சில திறப்புகளும் சில முடிச்சுகளும் இருக்கின்றன. நாவலின் கதையை மட்டும் தொடர்ந்து செல்லும் வாசகன் பலவேளைகளில் இந்தச் சாவித்துளையை அடையாளம் கண்டுகொள்ளாமலே கடந்து போய்விடுவான். அதனால் நாவலின் முழுமையான தரிசனத்தை அவனால் அனுபவிக்க முடியாமல் போய்விடுகிறது.

ஒரு நாவலின் நோக்கம் கதையைச் சொல்வது மாத்திரமில்லை. எழுத்தாளன் கதையின் வழியாக விவாதங்கள், சந்தேகங்கள், அனுமானங்கள், கேள்விகள், நம்பிக்கைகள், கண்டுபிடிப்புகள், ஆதங்கங்கள் என பல்வேறு தளங்களை வெளிப்படுத்துகிறான். நாவல் ஒரு கூட்டு வடிவம். ஒரு சிம்பொனி இசை போல அதற்குள் பல எழுச்சிகளும் தாழ்நிலைகளும் இருக்கின்றன.

நாவலின் வழியாக எது சார்ந்த கேள்விகள், எது சார்ந்த விவாதம் பேசப்படுகிறது என்பது ஒவ்வொரு எழுத்தாளனுக்கும் மாறுபடுகிறது.

நல்ல நாவல்கள் வாழ்க்கையை அப்படியே படம்பிடித்துக் காட்டுவதோடு ஒதுங்கிக்கொள்வதில்லை. மாறாக, வாழ்க்கையின் சுகமோ சந்தோஷமோ எதனால் ஏற்படுகிறது, அதன்

விளைவுகள் அக புற உலகை எவ்வாறு பாதிக்கின்றன என்பதைக் குறித்து நுட்பமாக விவரிக்கின்றன. அதற்கான சில காரணிகளையும் அடையாளம் காட்டுவதோடு, கதாபாத்திரங்கள் இயங்கும் சமூக நிகழ்வுகளின் மீதான தனது விமர்சனத்தையும் விவாதத்தையும் முன்வைக்கின்றன.

எழுத்தாளன் நாவலின் ஊடாகச் சில கனவுகளை உருவாக்குகிறான். அது வாழ்க்கை குறித்து நமக்குள் உள்ள பிம்பங்களை விலக்கிய உன்னதமான கனவு. அந்தக் கனவில் வாழ்வதற்காகவே நாவலை விரும்பி வாசிக்கிறோம் என்றுகூடச் சொல்லலாம்.

டால்ஸ்டாயும் தஸ்தாயெவ்ஸ்கியும் இதைத்தான் செய்திருக்கிறார்கள். சாக்லெட்டை நாக்கில் கொஞ்சம் கொஞ்சமாகக் கரைய விட்டு ருசிப்பதைப் போல இவர்களின் நாவலைச் சுவைத்து வாசிக்க வேண்டும். அதற்காகவே ஒரு நாவலை ஐந்தாறு முறை வாசிக்க வேண்டிய அவசியம் ஏற்படுகிறது.

தஸ்தாயெவ்ஸ்கியின் குற்றமும் தண்டனை நாவலின் துவக்கத்தில் ஒரு கனவு விவரிக்கப்படுகிறது. நாவலின் நாயகன் ரஸ்லோவ்நிகோவ் காணும் கனவு அது. அந்தக் கனவில் அவன் ஏழுவயதிற்கு உருமாறியிருக்கிறான். அவனது அப்பா அவனை விடுமுறை நாளொன்றின் மதிய நேரம் புறநகரில் உள்ள கல்லறைத் தோட்டத்திற்கு அழைத்துப் போகிறார்.

அந்தக் காட்சி மிகத் துல்லியமாக அவனுக்குத் தெரிகிறது. தொலைவில் நகரம் வீழ்ந்து கிடக்கிறது. இடையில் மரங்கள் எதுவுமில்லை. பட்டுப்போய் நிற்கின்ற ஒரேயொரு மரம் தொலைவில் தென்படுகிறது? அதைக் காணும்போது அச்சம் தருவதாக இருந்தது.

அந்த இடத்தைக் கடந்து அவனும் அப்பாவும் போகிறார்கள். அங்கே ஓர் இடத்தில் ஒரே கூச்சலும் குழப்பமுமாக இருக்கிறது. குடிகார முகங்களைக் காண்பது பயமுறுத்துவதாக இருக்கிறது. அப்பாவின் கைகளைப் பிடித்துக்கொண்டு பதுங்கிக் கொள்கிறான்.

அங்கே ஏதோவொரு சிறப்புவிழா கொண்டாட்டம் நடப்பது போலிருக்கிறது. ஊரே கூடி அலங்காரமான உடை அணிந்து கொண்டு ஆடிப்பாடிக் கொண்டிருக்கிறார்கள். அந்த இடத்தில் ஒரு குதிரைவண்டி நின்றிருந்தது. அது

வெறும் சரக்கு வண்டியில்லை. பயணிகளை ஏற்றிச் செல்லும் பெரியவண்டி. ஆனால் காலியாக இருந்தது. அந்த வண்டியில் ஒரு கிழட்டுக்குதிரை பூட்டப்பட்டிருந்தது.

குதிரை வண்டிக்காரன் குடிவெறியில் உற்சாகம் மிகுதியாகி வண்டியில் எல்லோரும் ஏறிக்கொள்ளுங்கள் என்று கத்திக்கொண்டேயிருக்கிறான். போதுமான அளவிற்கும் மேலாக ஆட்கள் வண்டியில் ஏறி நிரம்பிவிட்டார்கள். குதிரையால் வண்டியை இழுக்க முடியவில்லை.

வண்டிக்காரன் சவுக்கால் குதிரையை அடிக்கிறான். மக்கள் குதிரையின் மூக்கில் அடி. சவுக்கால் முடிந்தமட்டும் அடி. வயிற்றில் உதை என்று கூச்சலிடுகிறார்கள். அவன் வண்டியை இழுக்கச் சொல்லிக் குதிரையை சாட்டையால் மாறி மாறி அடிக்கிறான். தன்னால் இழுக்க முடியாதபோது குதிரை திணறுகிறது.

வேடிக்கை பார்க்கின்ற கூட்டம் குதிரையின் வலியைக் கண்டு கொள்ளவேயில்லை. குதிரை மாறிமாறி அடித்து இம்சிக்கப்படுகிறது. கூட்டம் அதை ஆரவாரமாக ரசிக்கிறது. வண்டிக்காரன் அது தன்னுடைய குதிரை என்பதால் அதை அடிப்பதற்கும் அழிப்பதற்கும் உரிமையிருக்கிறது என்று கூச்சலிடுகிறான்.

குதிரையின் கண்களில் கண்ணீர் கசிகிறது. பாரம் தாங்கமுடியாமல் கால் தாங்குகிறது. தனது சொல்லை மதிக்காத குதிரையைக் கோபத்தில் கொன்றுவிடப்போவதாகக் கத்துகிறான். அதைக் கொல் கொல் என்று மக்களே தூண்டிவிடுகிறார்கள். கோடாரியைப் பயன்படுத்தி வெட்டிப் போடு என்கிறது ஒரு குரல்.

குதிரை இம்சிக்கப்படுவதை வேடிக்கைப் பார்த்த சிறுவன் பயந்து போய்விடுகிறான். அவன் குதிரையின் அருகாமைக்குப் போகிறான். அடிபட்ட குதிரையின் மூச்சுக்காற்று சிறுவன் கைகளில்படுகிறது. சிறுவன் குதிரையின் வலி நிரம்பிய கண்களைக் காண்கிறான். அதன் உடல் தளர்ந்து நடுங்குவதை உணர்கிறான்.

முடிவில் அடிதாங்க முடியாமல் குதிரையின் வாயில் ரத்தம் வழிகிறது மூச்சடங்கி கீழே விழுவது போல தள்ளாடுகிறது. அக்குதிரை சாக இருப்பதை அந்தச் சிறுவன் உணர்கிறான்.

எஸ்.ராமகிருஷ்ணன்

வண்டிக்காரன் தனது மகிழ்ச்சிக்காகக் குதிரையைத் தொடர்ந்து இம்சிப்பதை சிறுவனால் தாங்கிக்கொள்ளவே முடியவில்லை.

கூட்டத்தில் இருந்த அப்பா அவனை இழுத்துக்கொண்டு புறப்படச் சொல்கிறார்.

அப்பா, வயதான குதிரையை ஏன் இப்படி மாறிமாறி அடிக்கிறார்கள் என்று பயமும் நடுக்கமுமாக அந்தச் சிறுவன் கேட்கிறான்.

அவர்கள் குடித்திருக்கிறார்கள். அது நமக்கு சம்பந்தமில்லாத வேலை. வா போகலாம் என்று இழுத்துக்கொண்டு நடக்கிறார்.

அவனுக்குக் குதிரை கொல்லப்படப் போவது நன்றாகவே தெரிகிறது.

சட்டென விழிப்பு வந்து ரஸ்லோவ்நிகோவ் கண்விழித்துக்கொள்கிறான். எவ்வளவு கோரமான கனவு, என்று அந்தப் பதைபதைப்பிலிருந்து விடுபட முடியாமலே இருக்கிறான்.

கடவுளே, நல்லவேளை இது வெறும் கனவுதான் என்று மனதை சாந்தம் செய்துகொள்கிறான்.

பிறகு எனக்கு ஏன் இந்தக் கனவு வந்தது, ஒருவேளை காய்ச்சல் கண்டிருக்கிறதா என்று யோசிக்கிறான்.

இந்த துர்சொப்பனம் தன் வருங்காலத்தின் அடையாளம் என்று அவன் வெளிப்டையாகச் சொல்லிக் கொள்ளவில்லையே தவிர, உள்ளுணர்ந்து கொண்டுதானிருக்கிறான்.

தஸ்தாயெவ்ஸ்கியின் நாவலில் வரும் கனவு வெறும் துர்சொப்பன மல்ல. அதுதான் நாவலுக்கான திறவுகோல். குதிரையின் கொலை, சமூகம் தனது கருணையால் வாழ்கின்ற எதையும் அடித்துக் கொல்வதற்கான உரிமையைக் கொண்டிருக்கிறது. அதற்கு எந்த சிறப்புக் காரணமும் தேவையில்லை. உரிமையாளன் விரும்பினால் வன்முறையைக் கட்டவிழ்த்துவிடுவதற்கு அவனுக்குப் பூரண உரிமையிருக்கிறது என்பதை அடையாளம் காட்டுகிறது.

அதுபோலவே வாழ்நாள் முழுவதும் உழைத்த குதிரை அதன் எஜமானாலே அடித்துக் கொல்லப்படும்போது அது தன்னை ஒப்புக் கொடுத்ததைப்போல நடந்துகொள்வதையும் சுட்டிக்காட்டுகிறார்.

மூன்றாவது, சமூகம் வன்முறையை ஆதரிக்கிறது. உருவாக்குகிறது. கொல் கொல் என்று தூண்டுகிறது. வன்முறையைக் கண்டு ஆரவாரம் செய்கிறது. ஆயுதம் தருகிறது. யாரோ வலியால் துடிப்பதைக் கண்டு பரிகாசம் செய்கிறது. இந்தச் சமூகத்தையா நாம் மேலானது என்று கருதுகிறோம் என்றும் கோபம் கொள்கிறார்.

நான்காவது, குடிவெறியில் மனிதன் தனது இயல்பை இழந்துவிடுவ தோடு, அவனுக்கு சேவை செய்பவர்களைக்கூட காரணமில்லாமல் அவமதிக்கத் தயங்குவதில்லை என்பதையும் எடுத்துச் சொல்கிறது.

நாவலின் நாயகன் ரஸ்லோவ்நிகோவ் பல நேரங்களில் அந்தக் குதிரையைப் போலவே இருக்கிறான். அவனைப் புறவாழ்க்கையின் நெருக்கடி தொண்டையை இறுக்கும்போது அவன் செய்வதறியாமல் உழலுகிறான். அப்போது அவனுக்குத் தீர்வாக மிஞ்சுவது ஒரு கொலை மட்டுமே.

இந்த வண்டிக்காரன் போலவே சோபியாவின் அப்பா மர்மலதேவ் இருக்கிறான். அவன் தன்னைப் பிரியமாக நடத்தும் குடும்பத்தை அடித்து நொறுக்கி சொந்த வீட்டிலே திருடி இம்சை செய்கிறான். அவனுக்குத் தன்னை நேசிப்பவர்களை ஏற்றுக்கொள்ள முடியவில்லை. அவனுக்குள் குதிரை வண்டிக்காரனின் மனநிலையே இருக்கிறது.

நாவலில் இது வெறும் கனவில்லை, கனவின் வழியாக தஸ்தாயெவ்ஸ்கி அழிக்க முடியாத நினைவு ஒன்றை மீள் உருவாக்கம் செய்து காட்டுகிறார்.

நிராகரிப்பும் கைவிடப்படுதலுமே மனிதனின் ஆறாத துயரங்கள் என்று அடையாளப்படுத்துகிறார்.

வன்முறையை ரசிக்கும் மனிதர்கள் பெருகிவிட்டார்கள். இவர்களை வைத்துக்கொண்டு அடிப்படை மனித அறங்களையும் நேசத்தையும் எப்படி கைக்கொள்வது என்று தஸ்தாயெவ்ஸ்கி ஆதங்கப்படுவது இன்றும் உண்மையாகவே இருக்கிறது.

மனிதனுக்குள் உள்ள கீழ்மைகளை அவன் அடையாளம் கண்டு கொள்வதேயில்லை. அதை உணரும் தருணங்களில் கூட பெருமிதமே கொள்கிறான். குற்றவுணர்ச்சி கொள்ளாதவரை கீழ்மைகளில் இருந்து விடுபட முடியாது என்பதையும் தஸ்தாயெவ்ஸ்கி சுட்டிக்காட்டுகிறார்.

சவுக்கடிபட்டு ரத்தக்காயங்களுடன், நடுங்கும் கால்களுடன், கண்ணீர்க் கசிந்த அந்தக் குதிரையின் சித்திரம் அழியாத உருவமாக நாவலில் இருந்து வாசகனின் மனதிற்குள் பதிவாகிறது. அதுதான் கலையின் வெற்றி.

இந்தக் குதிரை நாவலில் வரும் சித்திரம் மட்டுமில்லை. இது எல்லா காலத்திலும் இருந்துகொண்டேயிருக்கின்ற ஒன்று.

குதிரையாக சில நேரத்தில் நாம் இருக்கிறோம். சில நேரம் நாம் குதிரைவண்டிக்காரன் ஆகிவிடுகிறோம்.

உலகெங்கும் பெண்களும், அடித்தட்டு மக்களும், வாழ்விடம் இழந்தவர்களும், குழந்தைகளும் இதே குதிரைகளாக அடிவாங்கிக் கொண்டேயிருக்கிறார்கள்.

இன்றும் அதே கேளிக்கை நிரம்பிய கூட்டம் வன்முறையை ரசித்தபடியே இருக்கிறது.

துர்சொப்பனத்தின் நிகழ்களமாகியிருக்கிறது நம்காலம்.

நல்லவேளை, இது வெறும் துர்கனவு என்று சமாதானம் செய்து கொள்ள முடியாதபடி இன்றைய உலகில் வன்முறைகளும் அவமதிப்புகளும் பெருகிவிட்டன.

அதனாலே தஸ்தாயெவ்ஸ்கியின் குற்றமும் தண்டனையும் நாவல் இன்றும் வாசிக்கவும் விவாதிக்கவும்படவேண்டிய முக்கியமான புத்தகமாக இருக்கிறது.

தஸ்தாயெவ்ஸ்கி காமிக்ஸ்

உலகப் புகழ்பெற்ற நாவல்களை மறுவாசிப்பு செய்வதற்கு எளிதாகப் புதிது புதிதாகப் பல பதிப்புகள் வெளியாகிக் கொண்டேயிருக்கின்றன, அதிலும் புகழ்பெற்ற நாவல்களை இளம்வாசகர்கள் படிக்கும் வகையில் காமிக்ஸ் வடிவத்தில் வெளியிடுகிறார்கள்.

நடைபாதைக் கடை ஒன்றில் தஸ்தாயெவ்ஸ்கி காமிக்ஸ் ஒன்றை வாங்கினேன். தஸ்தாயெவ்ஸ்கியின் கதையில் பேட்மேனின் கதா பாத்திரம் இணைந்து உருவாக்கப்பட்ட விசித்திரமான காமிக்ஸ் இது.

R.Sikoryak என்ற ஓவியர் குற்றமும் தண்டனை நாவலின் நாயகன் ரஸ்லோவ்நிகோவ்வை பேட்மேன் முகமூடி அணிந்த சாசகநாயகனாக உருமாற்றி பகடி செய்வதன் வழியே இந்த காமிக்ஸை உருவாக்கியிருக்கிறார்.

இந்த முயற்சி முப்பது ஆண்டுகளுக்கு முன்பாகவே துவங்கப்பட்டது என்றும் இன்று உலகப் புகழ்பெற்ற நாவல்கள் மீது அதிக கவனம் உள்ளாகி வருவதால் நேர்த்தியான வடிவமைப்பில் புதிய காமிக்ஸ் உருவாக்கப்படுவதாகவும் தெரிவிக்கிறார்கள்.

ஷேக்ஸ்பியரின் முக்கிய நாடகங்களும் இது போல காமிக்ஸ் புத்தகமாக வெளிவந்திருக்கின்றன.

Richard Pevear and Larissa Volokhonsky இருவரது புதிய மொழி பெயர்ப்பில் The Brothers Karamazov நாவல் தற்போது வெளியாகி உள்ளது. முந்தைய மொழிபெயர்ப்புகள் அத்தனையிலும் இது மேம்பட்டதாக உள்ளது. தஸ்தாயெவ்ஸ்கியின் தீவிர வாசகர்களுக்கு இது ஒரு அரிய பரிசு என்றே சொல்வேன்.

தஸ்தாயெவ்ஸ்கி எழுதிக் கொண்டிருந்தபோது ஒரு நாள் அவரது மேஜையிலிருந்த பென்சில் உருண்டு போய் அருகாமையில் உள்ள மர அலமாரியின் அடியில் போய்விட்டது. அதை எப்படி எடுப்பது என்று தெரியாமல் மர அலமாரியை நகர்த்த முயன்றிருக்கிறார். ஆனால் அது எளிதானதாகயில்லை. எப்படியாவது தனது பென்சிலை எடுத்துவிட வேண்டும் என்று விரும்பிய அவர் முழுபலத்தையும் உபயோகித்து அலமாரியை நகர்த்திவிட்டு இடைவெளியில் நுழைந்து தனது பென்சிலை எடுத்திருக்கிறார்.

பென்சில் கைக்கு வந்துவிட்ட சந்தோஷத்தில் நிமிர்ந்தபோது அலமாரியின் கூரிய நுனி முதுகில் இடித்துவிட்டது. வலியில் துடித்துப் போய்விட்டார். அலமாரியை விட்டு வெளியேவந்து தன் முதுகைத் தடவியபடியே இருந்திருக்கிறார். இரவிலும் வலி குறையவேயில்லை. பல நாட்களுக்கு அந்த வலி மறையாமல் தனக்குள்ளே இருப்பதாகவே உணர்ந்திருக்கிறார். அதன் பிறகு அவரால் ஒருவரி கூட எழுத முடியவில்லை.

சில நாட்களில் அவருக்கு நரம்புத் தளர்ச்சியுற்று வலிப்பு கண்டு நோயாளினார். தனது சாவை முன் உணர்ந்தவரைப் போல மனைவியை அழைத்து நன்றி சொல்லியிருக்கிறார். தனக்கு விருப்பமான புத்தகத்தை எடுத்து வாசிக்கச் சொல்லியிருக்கிறார். மறுநாள் அவர் இறந்து போனார். அவரது இறுதி நிகழ்வில் நாற்பதாயிரம் பேர் கலந்துகொண்டிருக்கிறார்கள்.

தஸ்தாயெவ்ஸ்கி நாவல்களில் வருவதைவிடவும் வாழ்க்கையில் அதிக துயரங்கள் நடந்தேறியிருக்கின்றன. அல்யோஷா என்ற கரமசேவ் சகோதரர்கள் நாவலில் வரும் கதாபாத்திரம் அவரது இறந்துபோன குழந்தையின் சாயலே.

இந்தப் பென்சில் சமாச்சாரம் நிஜமா என்று தெரியவில்லை. எங்கோ வாசித்தேன். ஒருவேளை அது நிஜமாக இருக்கவும் கூடும் என்றே தோன்றியது.

புகழ்பெற்ற இயற்கையியலாளர் தோரூவின் அப்பா பென்சில் தயாரிப்பாளர். அதையே தோரூவும் வேலையாகச் செய்துவந்தார். இன்று நாம் பயன்படுத்தும் கடினத்தன்மையான பென்சிலை உருவாக்கியவர் தோரூவே. அவர் உருவாக்கிய பென்சில்களுக்குத் தனியே மார்க்கெட் இருந்திருக்கிறது. இன்று அவை காட்சிப் பொருளாக மியூசியத்தில் இருக்கின்றன.

ரொவால்ட் டால்

I am only 8 years old, I told myself. No little boy of 8 has ever murdered anyone. It's not possible.

- Roald Dahl

உலக அளவிலான சிறுவர்களுக்கான இலக்கியம் குறித்து தமிழில் அதிகம் பேசப்படுவதேயில்லை. அப்படிப் பேசப்பட வேண்டிய முக்கியமானவர்களில் ஒருவர் ரொவால்ட் டால் (Roald Dahl).

சிறுவர்களுக்கான அவரது புனைகதைகள் உலகப் புகழ்பெற்றவை. அதே அளவிற்கு அவரது சிறுகதைகளும் முக்கியமானவை. திகில் ஊட்டும் சம்பவங்களைக் குடும்பச் சூழலின் பின்புலத்தில் அவர் சித்தரிக்கும் விதம் அலாதியானது. எட்கர் ஆலன் போ விருது பெற்றுள்ள இவரது சிறுகதைகள் தொலைக்காட்சி நாடகங்களாக உருமாற்றப்பட்டிருக்கின்றன. ரொவால்ட் டாலின் சிறுகதைகள் என்ற தேர்வுசெய்யப்பட்ட சிறுகதைகளின் தொகுப்பு வெளியாகி உள்ளது. அதில் Man from south போன்ற மிகச்சிறந்த கதைகள் உள்ளன.

இவரது பல கதைகள் சிறுவர்களுக்கான முழுநீள மற்றும் அனிமேஷன் படமாக எடுக்கப்பட்டிருக்கின்றன. அதில் முக்கியமானது, Charlie and the chocolate factory, இது ஒரு சுவாரஸ்யமான சிறுவர் நாவல்.

ஐம்பது ஆண்டுகளுக்கு முன்பாக பிரபலமான சாக்லெட் நிறுவனங்கள் தங்களது போட்டியாளர்களின் தொழிற்சாலைக்குள் உளவாளிகளை அனுப்பி தொழில் ரகசியத்தை தெரிந்து கொண்டுவர முயற்சித்த செய்திகள் உலகெங்கும் பரபரப்பாகப் பேசப்பட்டன. அதை

அடிப்படையாகக் கொண்டே இந்த நாவலை டால் எழுதியிருக்கிறார்.

சாக்லெட் பேக்டரி என்றாலே சிறுவர்கள் அங்கே எல்லாமும் சாக்லெட்டால் செய்யப்பட்டிருக்கும் என்று கற்பனை செய்வார்கள். அதை நிஜமாக்குவது போலவே இக்கதையில் ஒரு சாக்லெட் தோட்டம் உள்ளது. அதனுள் பெரிய சாக்லெட் ஏரியே காணப்படுகிறது. பாளம் பாளமாக சாக்லெட்டுகள் குவிந்து கிடக்கின்றன. அவ்வளவு பெரிய நிறுவனத்தில் இயந்திரங்களே அத்தனை வேலைகளையும் செய்கின்றன. வேறுஆட்களையே காணவில்லை. ஒரேயொரு குள்ளன் மட்டுமே வேலைக்கு இருக்கிறான். கொட்டைகளை உடைப்பதற்காக ஒரு அணில் வேலை செய்கிறது. மற்றபடி வோங்காவின் சாக்லெட் பேக்டரி ஒரு விந்தையான மாயஉலகம்.

வில்லி வோங்கா பிரபலமான சாக்லேட் நிறுவனம் ஒன்றினை நடத்திவருகிறார். ஒருமுறை அவர் தனது நிறுவனத்தின் சார்பாக ஒரு பரிசுப்போட்டி அறிவிக்கிறார். அதன்படி ஐந்து பாக்கெட்டுகளில் ஐந்து தங்க டிக்கெட்டுகள் வைக்கப்படும். அந்தத் தங்கச் சீட்டு கிடைக்கப்பெற்ற அதிர்ஷ்டசாலி சிறுவர்கள் வோங்காவின் சாக்லெட் தொழிற்சாலைக்குள் சுற்றிப் பார்க்க அனுமதிக்கப்படுவார்கள்.

இதில் என்ன அதியசம் என்கிறீர்களா. இந்த நாள் வரை அந்த சாக்லெட் தொழிற்சாலைக்குள் யாரும் போனதே கிடையாது. எப்படி சுவையான சாக்லெட் தயாரிக்கப்படுகிறது என்ற மர்மம் யாருக்கும் தெரியாமலே இருந்து வந்தது.

இதில் நான்கு தங்க டிக்கெட்டுகள் நான்கு பணக்கார சிறுவர்களுக்குக் கிடைக்கிறது.

பரிசுப்போட்டி அறிவிக்கப்பட்டதில் இருந்தே சார்லி என்ற ஏழைச்சிறுவன் தங்க டிக்கெட்டை அடைய ஆசைப்படுகிறான். ஆனால் சாக்லெட் வாங்க அவனிடம் பணமில்லை. நாலு பணக்காரப் பையன்கள் தங்க டிக்கெட்டை வென்றுவிட்டார்கள் என்று தெரிந்தவுடன் ஐந்தாவது யாருக்குக் கிடைக்கப்போகிறது என்று ஆதங்கத்துடன் சார்லி காத்திருக்கிறான். அது ஒரு பணக்காரப் பையனுக்குக் கிடைத்துவிட்டதாகத் தகவல் வெளியாகிறது. சார்லி மனம் உடைந்து போகிறான். ஆனால் அது வெறும் வதந்தி, உண்மையில் யாருக்கும் கிடைக்கவில்லை என்று அறிந்ததும் ஓடிப்போய் ஒரு சாக்லெட் வாங்குகிறான். அதில் தங்க டிக்கெட் அவனுக்குப் பரிசாக கிடைக்கிறது.

சார்லி மிகவும் ஏழை. வீடு வீடாகப்போய் நியூஸ் பேப்பர் போடுகின்றவன். மிகவும் சிறிய வீட்டில் வசிக்கிறான். ஆனால் மிகவும் நல்லவன்.

பரிசு பெற்ற ஐந்து பேரும் தொழிற்சாலைக்குள் நுழையும்போது சில விதிகள் அறிவிக்கப்படுகின்றன. அவற்றை நால்வர் மீறிவிடுகிறார்கள். பொறுமையாக, அமைதியாக, இடர்பாடுகளைத் தாண்டி சார்லி ஒருவன் மட்டுமே தொழிற்சாலையைச் சுற்றிபார்க்கிறான். அது ஒரு ஆச்சரியமூட்டும் உலகம். அங்கே, வோங்கா ஒருவரே அத்தனை முக்கிய வேலைகளையும் செய்கிறார் என்பது அவனுக்கு வியப்பாக இருக்கிறது.

முடிவில் வோங்கா சார்லி போன்று நேர்மையும் எளிமையும் பொறாமையற்ற மனதும் கொண்ட ஒருவனைத் தேடியே இந்த பரிசுப்போட்டி அறிவித்ததாகச் சொல்லி அவனையே பேக்டரியின் வாரிசாக அறிவிக்கிறார்.

சாக்லெட் பேக்டரி என்பது வாழ்வின் குறியீடு. பேராசை, பொறாமை, அடுத்தவரைக் கெடுப்பது போன்ற எண்ணங்கள் இன்றி அமைதியாக, சுய உழைப்பை நம்பும் ஒருவன் வெற்றி பெறுவான் என்பதை அழகான கதை மூலம் ரொவால்ட் டால் விவரிக்கிறார்.

1971ம் ஆண்டு இந்த நாவல் படமாக வெளியாகி மிகுந்த வரவேற்பு பெற்றது. ஆனால் படம் ரொவால்ட் டாலுக்குப் பிடிக்கவில்லை. அது வில்லி வோங்காவை அதிகம் முக்கியத்துவப் படுத்தியிருக்கிறது என்ற குறை அவருக்கு.

நார்வேஜியரான ரொவால்ட் டால் இரண்டாவது உலகப்போரின் போது ராணுவத்தில் பணியாற்றியவர். ஆறடிக்கும் மேலான உயரமானவர் என்பதால் அவர் தனி ஆளாகவே எப்போதும் அடையாளப்படுத்தப்பட்டார்.

ராணுவ வாழ்வைப்பற்றி எழுதத் துவங்கிய ரொவால்ட் டால் அதிலிருந்து சிறுவர்கதைகளுக்கு உருமாறினார். இவரது Matlda, Fantastic Mr. fox, The witches, George's Marvellous Medicine போன்றவை பிரபலமான புத்தகங்கள். இவை திரைப்படமாகவும் பெரிய வெற்றி பெற்றிருக்கின்றன.

டாலின் நகைச்சுவை மற்ற எழுத்துகளில் இருந்து முற்றிலும் மாறுபட்டது. அபத்தமான நிகழ்வுகளைக்கூட அவர் பரிகாசத்தின் வழியே கடந்து போய்விடுகிறார். விமர்சனமும்

பகடியும் கலந்த நகைச்சுவையே அவரது பலம். உலகெங்கும் உள்ள சிறுவர்களை சந்தோஷப்படுத்திய ரொவால்ட் டாலின் சொந்த வாழ்க்கை துயரங்கள் நிரம்பியது. அவரது மகள் ஒலிவியா ஏழு வயதில் இறந்து போனாள். பையன் விபத்தில் துர்மரணம் அடைந்தான். மனைவியோ ரத்தக்கசிவு நோயால் அவதிப்பட்டார். டாலுக்கும் எட்டுக்கும் மேற்பட்ட அறுவை சிகிச்சைகள் நடை பெற்றிருக்கின்றன. இத்தனை நெருக்கடிகளி லும் கூட அவர் குழந்தைகளை சந்தோஷப்படுத்த தொடர்ந்து கதைகள் எழுதிக் கொண்டேயிருந்தார்.

மடில்டா நாவலை நடிகரும் இயக்குனருமான டேனி டிவிட்டோ படமாக எடுத்திருக்கிறார். அது நகைச்சுவையும் உணர்ச்சிப்பூர்வமும் இணைந்த ஒரு திரைப்படம். அது போலவே பென்டாஸ்டிக் மிஸ்டர் பாக்ஸ் என்ற புனைகதையில் கோழிகளைத் திருடும் ஒரு நரியை மூன்று பண்ணை விவசாயிகள் எப்படி ஒழிக்கத் திட்டமிடுகிறார்கள் என்பதே கதை.

திருடி துரத்தப்பட்ட நரியை அதன் வளையோடு சேர்த்து வைத்து தீவைக்கிறார்கள். அதில் பெண் நரியின் வால் மட்டுமே கருகிப்போய்விடுகிறது. நரிக்குடும்பம் தப்பிவிடுகிறது. விவசாயிகளிடம் இருந்து தப்பிக்க அது பலவழிகளில் முயற்சிக்கிறது. ஆனால் அவர்களோ துப்பாக்கியோடு சுடத் தயாராகக் காத்துக்கிடக்கிறார்கள்.

முடிவில் பூமிக்குள் ஒரு தோண்டி உள்ளேயே ஒரு மாயநகரில் வாழ ஆரம்பிக்கிறது. ஒளிந்து வாழும் நரிக்குடும்பத்தின் நெருக்கடிகளும் சந்தோஷமுமே படமாக விரிகிறது. இப்படியாக ஒரு நரியின் சாகசப் பயணத்தை முழுமையாக விவரிக்கிறது இந்த நாவல்.

ரொவால்ட் டாலின் புத்தகங்களைத் தமிழில் மொழியாக்கம் செய்ய வேண்டியது அவசியமான ஒன்று. தற்போது டாலின் புத்தகங்கள் சித்திரக்கதைகளாகவும் கிடைக்கின்றன. ஆங்கிலத்தில் வாசிக்க விரும்பும் சிறுவர்களுக்கு ரொவால்ட் டாலை அறிமுகப்படுத்தினால் உயர்வான கற்பனையும் மனிதாபிமான எண்ணங்களும் நிச்சயமாக அறிமுகமாகும்.

மத்தவிலாசம்

காளிதாசன், ஹர்ஷர், பாஷன் என்று தொடர்ந்து இரண்டு வாரங்களாகவே சமஸ்கிருத நாடங்களை வாசித்து வருகிறேன். நேற்று மத்தவிலாச பிரகசனம் என்ற நாடகத்தை வாசித்தேன். இதை எழுதியது மாமல்லபுரச் சிற்பக்கலைக்குப் பெயர்பெற்ற மகேந்திரவர்ம பல்லவன். ஆயிரம் வருடங்களைத் தாண்டிய இந்த நாடகப்பிரதிகளை வாசிப்பது ஒரு தனித்த அனுபவம். இந்தியப் பண்பாட்டுச்சூழலில் நாடகம் எவ்வளவு முக்கியமான கலைவடிவமாக இருந்திருக்கிறது என்பதற்கான சாட்சியங்கள் இவை.

சமஸ்கிருத நாடங்கள் இன்று அதிகம் மேடை யேற்றம் செய்யப்படு வதில்லை. ஆனால் புதிய மொழியாக்கங்கள் ஆங்கிலத்தில் வாசிக்கக் கிடைக்கின்றன. தமிழிலும் முக்கியமான சில சமஸ்கிருத நாடகங்கள் மொழியாக்கம் செய்யப்பட்டு வெளியாகியுள்ளன.

நான் மைக்கேல் லாக்வுட் மற்றும் விஷ்ணு பட் இணைந்து ஆங்கிலத்தில் மொழியாக்கம் செய்த மத்தவிலாசம் பிரதியை வாசித்தேன். கதை, கவிதைகள் என்று வாசிப்பவர்கள் கூட நாடகப்பிரதிகளை வாசிக்க விருப்பம் கொள்வதில்லை. அது நிகழ்த்துவதற்கான ஒரு பிரதி என்று மட்டுமே நினைக்கிறார்கள். நாடகம் மௌனவாசிப்பில் வேறுவிதமான அனுபவம் தரும் என்பதை நான் உணர்ந்திருக்கிறேன்.

மேடையேற்றப்பட்ட நாடகப்பிரதிகளைக் கூட வாசகர்கள் எவரும் தேடி வாசிப்பதில்லை. அதில் என்ன இருக்கிறது என்றே நினைக்கிறார்கள். நாடகப்பிரதிகளை வாசிப்பதற்கு

தனித்த ஈடுபாடு வேண்டும். ஷேக்ஸ்பியரை வாசிக்கும்போது அது ஒரு நாடகப்பிரதி என்ற எண்ணமே வருவதில்லை. அது ஒரு தீவிர இலக்கியப் பிரதியாகவே உள்ளது. எட்வர்ட் ஆல்பி, ஐயனெஸ்கோ, யூஜின்ஒநில், ஆர்தர்மில்லர், டென்னசி வில்லியம்ஸ், செகாவ், சாமுவேல் பெக்கெட், பிரெக்ட், ஜெனே, சோபாக்ளிஸ் என நாடகங்களைத் தேடி ஒரு முறை வாசித்துப் பாருங்கள். அப்போது அதன் வலிமையும் முக்கியத்துவமும் புரியக்கூடும்.

சமஸ்கிருத நாடகங்களை வாசிப்பது ஒரு நீள்கவிதையை வாசிப் பதைப் போலவேயிருக்கிறது. உன்னதமான கவித்துவ உவமைகள், உணர்வெழுச்சிகள், இயற்கை சார்ந்த நுட்பமான மனப்பதிவுகள், கதாபாத்திரங்களின் புறச்செயல்களை விட மனஉணர்ச்சிகளை முதன்மைப்படுத்தும் பாங்கு என்று இப்போது வாசிக்கையில் முன்பு கவனிக்கத் தவறிய நுண்மைகள் புரியத்துவங்குகின்றன.

மகேந்திரவர்மன் மத்தவிலாச பிரகசனம், பகவத்ஜஉகியம் ஆகிய இரண்டு நாடகங்களை எழுதியிருக்கிறார். இரண்டுமே அங்கத நாடகங்கள். இந்திய இலக்கியத்தில் satire எனப்படும் அங்கதம் தனித்த இலக்கிய வகையாகவே மேலோங்கியிருந்திருக்கிறது. தமிழில் தனிப்பாடல் மரபில் அங்கதக் குரல் கொண்ட பாடல்கள் அதிகமிருக்கின்றன. உரைநடையில் பரமார்த்த குரு கதைகளைச் சொல்லலாம்.

சமகால உதாரணம், சாரு நிவேதிதா. அவரது உரைநடையைப் போல வாய்விட்டு ரசிக்கச் செய்யும் பகடியை வேறு எவரிடமும் நான் காணமுடிந்ததில்லை. சாருவின் எழுத்தில் வெளிப்படும் கேலி அசலானது; உயர்வானது. அவர் தனது கதைகள், கட்டுரைகள் என அனைத்திலும் சமூக, அரசியல் மற்றும் இலக்கியச் சூழலைக் கேலி செய்யும்விதம் அற்புதமானது. அது வெறும் கேலியில்லை. பற்றி எரியும் கோபமே கேலியாக வெளிப்படுகிறது. அது உண்மையான ஆதங்கம். அதே நேரம் அவர் தன்னைத்தானே கேலி செய்துகொள்ளும் கலைஞன். அதுதான் முக்கியமானது. இது போன்று தெறிக்கும் கேலியும் கிண்டலையும் பிரமீள், நகுலன் இருவரின் நேர்பேச்சிலும் நான் அறிந்திருக்கிறேன்.

மகேந்திர வர்மன் நாடகத்தைப் புரிந்துகொள்ள அன்றைய மதச் சூழலை அறிந்துகொள்ள வேண்டியது அவசியம்.

நாடகம் ஏழாம் நூற்றாண்டில் காஞ்சிபுரத்தில் நடைபெறுகிறது. நாடகத்தின் பிரதான கதாபாத்திரங்கள் ஐந்து பேர். ஒரு காபலிகத் துறவி மற்றும் அவனது காதலி. அவர்களை வீதியில் சந்திக்கும் ஒரு பௌத்த பிக்கு. அவர்களுக்கு நியாயம் சொல்ல வந்த பாசுபதத் துறவி. இடையிடும் ஒரு பைத்தியக்காரன். நாடகம் முழுவதும் காஞ்சிபுரத்தில் மதத்தின் பெயரால் நடைபெற்ற குளறுபடிகள் கேலி செய்யப்படுகின்றன. எல்லா காலத்திலும் காஞ்சிபுரம் என்றாலே போலிசாமியார்கள் நிரம்பிய ஊராகத்தான் இருந்திருக்கிறது போலும்.

ஏழாம் நூற்றாண்டில் பௌத்தம் தன்னுடைய செல்வாக்கை இழக்கத் துவங்கியிருந்தது. பௌத்த மடாலயங்கள் வணிகர்களின் ஆதரவை நம்பி அவர்களின் ஊதுகுழல்கள் போல செயல்பட்டுக்கொண்டிருந்தன. அதே நேரம் சைவம் புத்துருவாக்கம் பெற ஆரம்பித் திருந்தது. மகேந்திர வர்மன் சைவத்தை ஆதரித்திருக்கிறான். சிவன் கோவில்களைக் கட்டித் தந்திருக்கிறான். இந்த மதச்சீர்திருத்தங்களை ஏற்றுக் கொள்ளாமல் கலகக் குரலிட்டவர்கள் காபலிகர்கள் மற்றும் பாசுபத பிரிவைச் சேர்ந்த ஆதிசைவர்கள். அவர்களைப் பகடியாக விமர்சிப்பதே நாடகத்தின் முக்கிய நோக்கம்.

மகேந்திர வர்மன் ஏன் மதச்சூழலைக் கேலி செய்கிறான்? மதம் அரசின் செயல்பாடுகளை நிர்ணயிக்கும் அதிகாரமாக வளர்ந் திருந்தது. சமணம், பௌத்தம், சைவம் என்று மூன்று மதங்களும் தங்களது கருத்தியல் யுத்தங்களைத் தாண்டி அதிகாரத்துடன் தங்களுக்கான உறவை வலுப்படுத்தவும் மேம்படுத்திக்கொள்ளவும் இடைவிடாத போட்டியில் இருந்தன. இதில் தனது கறாரான அறக்கோட்பாடுகள் காரணமாக சமணம் பின்தங்கியது. பௌத்தமும் சைவமும் அதிகாரப் போட்டியில் நேரடியாகச் சண்டையிட்டுக்கொண்டன.

அரசின் மதச்சார்பினை ஏற்றுக்கொள்ள முடியாத பிறமதங்கள் தங்களது எதிர்ப்பை மதப்பிரச்சாரமாக உருமாற்றிக்கொண்டன. ஆகவே இன்றைய மதச்சூழலுக்கும் ஏழாம் நூற்றாண்டின் மதச்சூழலுக் கும் நிறைய ஒற்றுமைகள் இருக்கின்றன. அவ்வகையில் மத்தவிலாசம் இன்றும் முக்கியமானதாகவே உள்ளது.

கேரளாவில் சமஸ்கிருத நாடகங்கள் இன்றும் நிகழ்த்தப்படுகின்றன. மத்தவிலாசம் கூடியாட்டம் எனப்படும்

கலைவடிவமாகக் கோவில் அரங்கில் நடத்தப்படுகிறது. இதில் பெண்களும் பங்கேற்று நடிக்கிறார்கள், பெண்நடிகர்களுக்கு நங்கையர் என்றும் ஆண்களுக்கு சாக்கியார் என்றும் பெயர். பெண்களால் மட்டுமே நடத்தப்படும் கூத்திற்கு நங்கையர் கூத்து என்று பெயர். ஆண்கள் மட்டுமே நிகழ்த்துவது சாக்கியார் கூத்து. கூடியாட்டத்தில் நாடகம் முழுமையாக மேடையேற்றம் செய்யப்படுவதில்லை. நாடகத்தின் பிரதானப் பகுதியை அது தேர்வு செய்து கொள்கிறது.

பாடகர்கள் எப்படி ஒரு ராகத்தை தனது கற்பனையால் விஸ்தாரமா கச் சஞ்சாரம் செய்கிறார்களோ அது போலவே நடிகர்கள் தாங்கள் ஏற்றுக்கொண்ட கதாபாத்திரத்தின் உணர்ச்சி நிலையைப் பல்வேறு முகபாவங்களில் நுட்பமாக வெளிப்படுத்துகிறார்கள். ஆகவே இது நடிகனின் அகவெளிப்பாட்டைப் பிரதானமாகக் கொண்ட ஒரு கலைவடிவம்.

திருச்சூரில் மத்தவிலாசம் கூத்தைக் கண்டிருக்கிறேன். அதில் காபலிகன் கதாபாத்திரம் ஏற்று நடித்தவர் தனது முகபாவங்களால் பரிகாசம், கோபம், குடிவெறி, எள்ளல், ஆதங்கம், வெறுப்பு என நிமிடத்துக்கு ஒரு உணர்ச்சியை வெளிப்படுத்தியது ஆகச்சிறப்பாக இருந்தது. திருவனந்தபுரத்தில் காவாலம் நாராயணப் பணிக்கர் சமஸ்கிருத நாடகங்களுக்கு என்று தனியே ஒரு அரங்கை உருவாக்கி நிகழ்த்திவருகிறார். தென்னிந்திய நாடகவிழாவில் அவரது நாடகங்களைக் கண்டிருக்கிறேன். பாஷனின் நாடகங்களை அவர் புதிய உத்திகளின் மூலம் மேடையேற்றுவது சிறப்பாக அமைந்திருந்தது.

மத்தவிலாசம் நாடகம் சூத்ரதாரியின் மூலம் துவங்குகிறது. அரச சபையில் புதிய நாடகம் போட சந்தர்ப்பம் கிடைத்துள்ளது. இதைப் பயன்படுத்தி தன் மீது கோபம் கொண்டுள்ள மூத்த மனைவியை மகிழ்விக்க, போதைக் களிப்பூட்டும் கேளிக்கையான ஒரு அங்கத நாடகம் போடலாம் என்கிறான் சூத்ரதாரி. அதைக் கேட்ட அவனது மனைவி நடீ "உனக்கு எதுக்கு இந்த வேண்டாத வேலை" என்று முறைக்கிறாள்.

ஆனால் அவனோ, உன் நடிப்பில் மகிழ்ந்து நிறைய பாராட்டுகள் கிடைக்கும். ஆகவே அதையே நிகழ்த்துவோம் என்று அவளை உற்சாகப்படுத்துகிறான். முடிவில் அவளும்

சம்மதிக்கிறாள். மன்னர் மகேந்திரவர்மன் எழுதிய மத்தவிலாசம் என்ற நாடகத்தை, தான் நிகழ்த்த உள்ளதாகச் சொல்லித் துவக்குகிறான் சூத்ரதாரி.

நாடகத்தின் முக்கிய கதாபாத்திரம் ஒரு காபலிகன். அவனது பெயர் சத்தியசோமன். காபலிகர்கள் கையில் கபாலம் ஏந்தி வீதி வீதியாகப் பிட்சை வாங்கி உண்டு, மயானத்தில் வாழ்பவர்கள். பிட்சாடனக் கோலம் கொண்ட ருத்ரனின் வாரிசுகள். நாடகத்தில் வரும் காபலிகன் மது, மாமிசம், மாது இந்த மூன்றுமே முக்திக்கு வழிகாட்டுபவை என்கிறான். நாடகம் துவங்கும்போது காபலிகனும் அவனது காதலி தேவசோமாவும் மிதமிஞ்சிக் குடித்துவிட்டு போதைக் களிப்போடு ஆடியபடியே மேடையில் நுழைகிறார்கள்.

பெண்கள் போதையேற்றிக் கொண்ட பிறகு புதிய அழகு பெற்று விடுகிறார்கள் என்று பாராட்டுகிறான் சத்தியசோமன். அப்போது அவள் பெயரைத் தவறாக மாற்றிச் சொல்லிவிடுகிறான். உடனே தேவசோமா அது எந்தப் பெண் என்று சந்தேகப்படுகிறாள். காபலிகன் அது போதையில் ஏற்பட்ட நாக்குளறல். இதுபோல வம்புகள் உருவாகின்ற காரணத்தால் நான் இனிமேல் குடிக்கவே மாட்டேன் என்கிறான்.

அதைக கேட்ட தேவசோமா இதற்காகப் போய் இன்பம் தரும் குடியை விட்டுவிடாதே. இது உன்னுடைய தவம் என்று மறுக்கிறாள். இருவரும் போதை ஏறவில்லை என்று இன்னொரு மதுக்கடையைத் தேடிப்போகிறார்கள். காஞ்சிபுரம் நகரமே ஒரு காடியேறிய மதுவைப் போல தித்திப்பாக இருக்கிறது என்கிறான் துறவி. இன்னொரு மதுக்கூடத்தினுள் நுழைகிறார்கள். அங்கே மதுவை வாங்கிக் கொள்ள முயற்சிக்கும்போது சத்தியசோமன் தன் கையில் இருந்த பிட்சை பாத்திரமான கபாலம் களவு போயிருப்பதை அறிந்து கூச்சலிடுகிறான்.

இப்போது எங்கே போய் கபாலத்தைத் தேடுவாய், மாட்டுக் கொம்பில் மதுவை வாங்கிக் குடி என்று அவனை சமாதானப் படுத்துகிறாள் காதலி. அவனோ தனது திருட்டுப்போன கபாலவோட் டினை உடனே தேட வேண்டும். இல்லாவிட்டால் தனது துறவித் தன்மை கெட்டுவிடும் என்று கத்துகிறான். நகரம் முழுவதும் அதைத் தேடியலையும் இருவரும் முன்பு தாங்கள் குடித்த இடத்திற்கே மறுபடி போகிறார்கள். தனது

கபாலபாத்திரத்தில் கொஞ்சம் கறி மீதமிருந்தது. ஆகவே அதை ஒரு நாயோ அல்லது புத்த துறவியோ தான் திருடியிருக்க வேண்டும் என்கிறான் சத்தியசோமன்.

அந்த நேரம் வீதியில் ஒரு பௌத்த பிக்கு வணிகன் வீட்டில் விருந்து சாப்பிட்டுவிட்டு அந்த சுகபோகத்தைப் புகழ்ந்தபடியே திரும்பி வருகிறான். ஒளிந்து ஒளிந்து அவன் வருவதைக் கண்டதும் தனது கபாலத்தைத் திருடியவன் அவனே என்று கூச்சலிடுகிறான் சத்தியசோமன். வீதியில் இருவருக்கும் சண்டை நடக்கிறது.

இதற்கிடையில் பௌத்த பிக்கு காபலிகனின் காதலியை ஓரக்கண் களால் ரசித்தபடியே பொய்யாகப் பயந்தவன் போல சண்டையிடுகிறான். அவர்களது வாதத்தின் வழியே பௌத்தம் மிகவும் பரிகசிக்கப்படுகிறது. தங்களது அறக்கருத்துகளைப் பௌத்தம் திருடிக் கொண்டு விட்டது என்கிறான் சைவன். அவனது கபாலபாத்திரத்தை தான் திருடவில்லை என்று பௌத்த துறவி மறுத்தவுடன் கோபத்தில் உன் மண்டையை உடைத்து அதையே தனது கபாலமாக எடுத்துக் கொள்ளப் போவதாக பிக்குவின் முடியைப் பிடிக்கத் துள்ளுகிறான் சத்தியசோமன்.

உன்னைப் போன்ற மூடர்களிடம் நாங்கள் சிக்கிவிடக்கூடாது என்பதற்காகவே எங்கள் தலையை புத்தர் மொட்டையடிக்கச் சொல்லியிருக்கிறார். உன்னால் முடிந்தால் செய்து பார் என்கிறான் பிக்கு. இவர்கள் சண்டைக்கு நியாயம் சொல்ல வருகிறான் ஒரு பாசுபதன். அவன் நடந்ததைப் பற்றி விசாரிக்கிறான்.

வழக்காடு மன்றம் சென்றாலும் பௌத்தர்கள் தங்களுக்கு அரசாங் கத்திலுள்ள செல்வாக்கைப் பயன்படுத்தி தங்களை ஏமாற்றிவிடுவார்கள் என்று குறை சொல்கிறாள் தேவசோமா. அப்போது ஒரு பைத்தியக் காரன் கபால ஓட்டினைக் கவ்விக்கொண்டு ஓடும் ஒரு நாயைத் துரத்தியபடியே வருகிறான். அவன் நாயிடமிருந்து கபாலத்தைப் பறிக்கிறான்.

அது தன்னுடைய கபால ஓடு என்பதைப் புரிந்துகொண்ட காபலிகன் பைத்தியக்காரனிடமிருந்து அதைப் பிடுங்கிக்கொள்ள முயற்சிக்கிறான். முடிவில் பைத்தியக்காரன் அதை ஒரு தங்கக்கிண்ணம் என்று சொல்லி காபலிகனுக்கே பரிசாகத் தந்துவிடுகிறான். உங்களைச் சிரமப்படுத்தியதற்கு மன்னியுங்கள்

என்று பௌத்த துறவியிடம் மன்னிப்பு கேட்கிறான் காபலி. அதற்கு பிக்கு உன்னை சந்தோஷப்படுத்த முடிந்ததற்கு நன்றி என்று பெருந்தன்மையுடன் சொல்கிறான். அவரிடமிருந்து விடைபெற்று சத்தியசோமன் தன் காதலியோடு வெளியேறிச் செல்வதோடு நாடகம் நிறைவு பெறுகிறது.

நாய் தூக்கிப்போன ஒரு கபால ஓட்டினை முன்வைத்து பிக்குவும் சமணத் துறவியும், காபலிகர்களும் கேலி செய்யப்படுகிறார்கள். மூவருமே மதத்தின் பெயரால் பிறரை ஏமாற்றுகிறவர்களாக சித்தரிக்கப்படுகிறார்கள்.

பசுவின் கொம்பில் மதுவாங்கிக் குடிப்பது, கபாலத்தில் இறைச்சி உண்பது, பெண்கள் மதுகுடித்து ஆடுவது, பௌத்த பிக்குகள் வணிகர்களின் விருந்தில் கலந்துகொண்டு உல்லாசமாக வாழ்வது, சமணர்களைக் கேலிசெய்வது, என ஏழாம் நூற்றாண்டு காஞ்சிபுரத்தின் சமூகவாழ்வு துல்லியமாக நாடகத்தில் பதிவாகி உள்ளது. இந்த நாடகம் அரச சபையில் நிகழ்த்தப்பட்டிருக்கிறது. ஆகவே இதன் பார்வையாளர்களாக இருந்தவர்கள் அரசை சார்ந்தவர்களாகவே இருந்திருக்கக் கூடும். பொதுமக்கள் இந்த சமஸ்கிருத நாடகத்தைக் கண்டார்களா? அது எங்கே நிகழ்த்தப்பட்டது. அவர்கள் என்ன எதிர்வினை செய்தார்கள் என்ற விபரங்களை அறிந்துகொள்ள முடியவில்லை.

ஒரு நாயோ அல்லது பௌத்த பிக்குவோதான் கறிக்கு ஆசைப்பட்டு தன்னுடைய கபால ஓட்டினைத் திருடியிருக்க வேண்டும் என்று சத்தியசோமன் சொல்வது பௌத்தர்களின் நிலையை விமர்சிக்கும் அரசின் குரலாகும். அது வெறும் கேலியில்லை. மாறாக, பௌத்தர்கள் மீதான தீராத வெறுப்பு.

அதே வேளையில் வணிகனின் விருந்தை ரசித்துப் பாராட்டும் பிக்கு, புத்தர் ஏன் மது மாது இரண்டையும் தனது சங்கத்தில் அனுமதிக்கவில்லை. இது நிச்சயம் கையாலாகாத மூத்த துறவிகள் செய்த ஏற்பாடாகத்தான் இருக்கக் கூடும். மூல பாடத்தைத் தேடிப் பார்க்க வேண்டும். நிச்சயம் இதை புத்தர் தடுத்திருக்க மாட்டார் என்று ஆதங்கப்படுகிறான். அவன் மனது ஞானத்தை விடவும் போகத்திற்காக ஏங்கித் தவிக்கிறது. ஆகவே பௌத்தம் குறித்த தனது தீவிரமான எதிர்ப்பு மனநிலையை மகேந்திர வர்மன் நாடக மெங்கும் பிரதிபலிக்கிறான்.

இதை நேரடியான ஒரு விமர்சனமாக பௌத்தர்கள் எடுத்துக் கொள்ளக்கூடாது என்பதற்காகவே காபலிகன் குடித்துவிட்டு

இவற்றைப் பேசுவதாகவும். யாவும் போதையேறியவனின் எண்ணங்கள் என்றும் ஒரு மூடுதிரை உருவாக்கப்படுகிறது.

போதையில் கைப்பொருளை மறப்பதும், தெருச் சண்டையிடுவதும், தனது பொருளை யாரோ திருடிவிட்டார்கள் என்று அப்பாவியை வம்பிற்கிழுப்பதும், குடிப்பதற்காக இடம் தேடி அலைவதும், குடிக்கையில் கூட பெண்களுடன் ஜாக்கிரதையாக நடந்துகொள்ள வேண்டியிருக்கிறது என்று சலித்துக்கொள்வதும் என குடிச்சண்டைகள் ஆயிரம் வருடத்தின் முன்பிருந்து இன்றுவரை ஒரு நீண்ட ஒரு மரபாகவே நடைபெற்றுவருகின்றன போலும். இந்த நாடகத்தின் காட்சிகளை வாசிக்கையில் பல டாஸ்மாக் காட்சிகள், மதுக்கடை சண்டைகள் நினைவிற்கு வந்து போகின்றன.

மத்தவிலாசத்தை விடவும் பகவத்ஜுஜகியம் மேம்பட்டது. அதன் கேலியும் கவித்துவமும் மிகுந்த உச்சநிலையில் இயங்குகிறது. அதைப் பற்றி விரிவாக இன்னொரு பதிவு எழுதுகிறேன்

இந்த நாடகங்களை எழுதியது மகேந்திரவர்மன்தானா அல்லது மன்னரின் பெயரால் எழுதப்பட்டால் மட்டுமே இதுபோன்ற வெளிப் படையான மதசர்ச்சை கொண்ட அங்கத நாடகம் எதிர்ப்பின்றி நிகழ்த்தப்படக்கூடும் என்ற ஏற்பாடா எனத் தெரியவில்லை.

மத்தவிலாசத்தை இன்றைய சூழலுக்கு ஏற்ப நவீனமான தளத்தில் மேடைற்றம் செய்து நிகழ்த்தினால் மிகப் பொருத்தமானதாக இருக்கக்கூடும். யாராவது முன்வந்தால் நானே அதன் நவீனப் பிரதியை எழுதித் தர முடியும்.

ஜோர்பா எனும் உல்லாசி

Since we cannot change reality, let us change
the eyes that see reality.

- Nikos Kazantzakis

ஜோர்பா தி கிரேக் (Zorba the Greek) நாவல் பற்றி முதன்முறையாகக் கவிஞர் தேவதச்சன் என்னிடம் சொன்னபோது கல்லூரியில் படித்துக் கொண்டிருந்தேன். அதுவரை நிகோஸ் கசான்ஸ்சாகிஸின் (Nikos Kazanizakis) எந்தப் படைப்பையும் நான் படித்ததில்லை.

மிக முக்கியமான புத்தகம் அது என்று சொல்லி, அவசியம் படிக்க வேண்டும் எனச் சிபாரிசு செய்தார். கோவில்பட்டியில் அன்றிருந்த இலக்கியச் சூழலில் உலக இலக்கியத்தின் முக்கியமான புத்தகங்களை ஒன்றுகூடி வாசிப்பதும். விவாதிப்பதும் தொடர்ச்சியாக நடைபெற்றுக்கொண்டிருந்தது. அதன் மையப்புள்ளியாக இருந்தவர் கவிஞர் தேவதச்சன். அவர் சொன்னதற்காக அடுத்த வாரம் திருவனந்த புரத்தில் உள்ள ஒரு புத்தகக் கடையில் ஜோர்பாவை வாங்கினேன். அது குறித்து எவ்விதமான அறிமுகமும் இன்றி ரயிலிலே கடகடவென வாசிக்கத் துவங்கினேன்.

பகல் நேர பாசஞ்சர் ரயிலது. ஐந்து மணி நேர ரயில் பயணத்திற்குள் அதைப் படித்து முடித்துவிட்டேன். பாதி புரியவில்லை. ஆனால் ரொம்பவும் பிடித்திருந்தது. மறுநாள் இரவு வீட்டில் வைத்து மறுபடியும் வாசித்தேன். ஆங்கில இலக்கிய நாவல்களைப் போலின்றி கதை சொல்லும் முறையும், விவரிப்பும் முற்றிலும் வேறுவிதமாக இருந்தது. நீட்சேயின் ஜராதுஷ்ட்ரா வாசித்தபோது இது போன்ற மனநிலைக்கு உள்ளாகியிருக்கிறேன். அதன் பிறகு ஒரு நாவலின் கதாபாத்திரம்

இந்த அளவு என் மனநிலையைப் புரட்டிப் போட்டதில் உணர்ச்சிவசப் பட்டிருந்தேன்.

மறுபடி தேவதச்சனைத் தேடிச் சென்று அதைப்பற்றி விவாதித்தேன். அவர் வழியாக நாவலின் நுண்மைகள் மெல்லப் புரிய ஆரம்பித்தது.

1946ம் வருடம் வெளியான நாவலது. கிரேக்கத்தில் பெரிய இலக்கியப் புயலை கிளப்பியிருக்கிறது.

ஜோர்பா என்ற கதாபாத்திரம் முன்வைக்கும் விவாதங்களும் வாழ்க்கையைப் பற்றிய அவனது பார்வைகளும் வியப்பானவை. ஜோர்பாவைப் பற்றி பிந்திய நாட்களில் நிறையப் பேசி, விவாதித்து, மறுவாசிப்பு செய்து அதைப் புரிந்துகொண்டேன். ஹெஸ்ஸேயின் சித்தார்த்தா ஒரு பக்கமும், ஜோர்பா தி கிரேக் மறுபக்கமும் வைத்து ஒரு முறை தேவதச்சன் பேசினார். அப்போதுதான் ஜோர்பா வின் முக்கியத்துவத்தை முழுமையாக உணர்ந்துகொள்ள முடிந்தது. ஜோர்பா எளிய வாசிப்பிற்கு உரிய நாவலில்லை. அது கவனமாக, ஆழ்ந்து வாசிக்கப்பட வேண்டிய ஒன்று.

நவீன கிரேக்க இலக்கியத்தில் கசான்ஸ்சாகிஸ் மிக முக்கியமான எழுத்தாளர். அவரது எழுத்தின் பின்புலமாக தீவிரமான ஆன்மத் தேடுதல் இருந்தது.

1930களில் கதை நடக்கிறது. பேசில் ஒரு எழுத்தாளன். 35 வயதாகிறது. அறிவாளி. புத்தகப்புழு, வாழ்க்கையைவிட்டு சற்றுத்தள்ளி நிற்பதாக உணரும் அவன் க்ரீட் தீவிற்குப் படகில் பயணம் செய்வதற்காகக் காத்திருக்கிறான். அவனது அப்பாவின் வழியே மிச்சமாக இருக்கிற சொத்தைக் காப்பாற்றவும். மனத்தடையால் நின்றுபோன தனது எழுத்து முயற்சியை மறுஉயிர்ப்புக் கொள்ளவுமே அவன் பயணம் செய்ய நினைக்கிறான். ஊரில் மூடப்பட்டுக் கிடக்கும் பழைய நிலக்கரி சுரங்கத்தை மறுபடி திறந்து நடத்த வேண்டும் என்ற எண்ணம் உள்ளூற இருக்கிறது.

அவன் பயணத்திற்காகக் காத்திருந்த நேரத்தில் வானிலை மோசமாக இருக்கிறது. கபேயில் காத்திருக்கும்போது தாந்தேயின் டிவைன் காமெடி நூலை வாசித்துக்கொண்டிருக்கிறான்.

அந்தப் படகுத்துறையில் ஒரு வயதானவரைக் காண்கிறான். அவர் பகட்டான பேச்சும் துடுக்குத்தனமும் வேடிக்கைகளும்

செய்தபடியே சாரங்கி போன்ற ஒரு இசைக்கருவியை வாசித்தபடியே இருக்கிறார். அவர்தான் ஜோர்பா. அவரது முழுப்பெயர் அலெக்சிஸ் ஜோர்பா, வயது அறுபத்தைந்திருக்கும். ஆனால் இருபது வயது இளைஞனின் மனது கொண்டிருக்கிறார்.

தாந்தேயின் சொர்க்கம் நரகம் பற்றிய புத்தகத்தை வாசித்துக் கொண்டிருந்த தன்னை அந்த வயதானவர் கண்காணிப்பது போல உணர்கிறான் பேசில்.

நெருங்கி வந்த ஜோர்பா தனக்கு ஏதாவது வேலை தரமுடியுமா என் பேசிலைக் கேட்கிறார். நீங்கள் யாரென கேட்க, பலமுறை சிறை சென்றவன். மனம்போன போக்கில் வாழ்ந்தவன். சில்லறை வேலைகள் செய்து பிழைத்தவன். வாக்குறுதிகளைக் காற்றில் பறக்கவிடுபவன் என்று தன்னை அறிமுகம் செய்து கொள்கிறார் ஜோர்பா. அவரது பேச்சில் மயங்கி வேலை தர ஒத்துக் கொள்கிறான்.

இருவரும் ஒரு தீவிற்குப் பயணம் செய்கிறார்கள். அங்கே தங்குவதற்கு ஒரேயொரு விடுதி மட்டுமே இருக்கிறது. அதை நிர்வாகம் செய்பவள் ஒரு வயதான வேசை அவளுக்கு நிறைய ஆண்களுடன் தொடர்பு இருப்பதாக ஊரார் சொல்கிறார்கள். பேசிலை ஊரே திரண்டு வரவேற்கிறது.

விடுதியின் சொந்தக்காரிக்கு வயதாகிப் போனாலும் பகட்டும் நளினமும் அப்படியே இருக்கிறது. அவளைப் பார்த்த மறுநிமிடம் ஜோர்பா காதலிக்கத் துவங்குகிறான். அவளது ஒப்பனை அழகை வெளிப்படையாகப் பாராட்டுகிறான்.

அவளும் நான்கு முறை திருமணம் செய்துகொண்ட தனது கடந்த காலக் காதல் வாழ்வை அவரோடு பகிர்ந்துகொள்கிறாள். பேசிலுக்குப் பெண்களுடன் பேசுவது என்றால் கூச்சம். எப்படி இந்த ஜோர்பா ஒரு பெண்ணைப் பார்த்த மாத்திரம் பேசி பழகி படுக்கை வரை போய்விட்டாரே என்று வியப்படைகிறான். ஆனால் அதைப்பற்றி அவரோடு பேசிக்கொள்ளாமல் நழுவுகிறான்.

சுரங்க பராமரிப்பு வேலையைத் தொடர முயற்சிக்கிறான் பேசில். அவனது தோழமையான எண்ணங்களைப் புரிந்துகொள்ளாமல் உள்ளூர்வாசிகள் பிரச்சினை தருகிறார்கள். வேலை செய்பவர்களை விட்டு நீங்கள் சற்று தள்ளி நின்று வேலை வாங்க வேண்டும். அவர்களோடு மிகவும் நெருங்கிப் பழக வேண்டாம் என்று அதற்கான காரணங்களைச்

எஸ்.ராமகிருஷ்ணன் ✦ 75

சொல்கிறான் ஜோர்பா. சுரங்க வேலை தொடர்பாக உருவாகும் சிக்கலைத் தனி ஆளாகச் சமாளிக்கிறான். சுரங்கக் கட்டுமான வேலைக்கு அதிகமான மரங்கள் தேவைப்படுகிறது. ஆனால் மரம் கிடைப்பதில் ஒரு சிக்கல் உருவாகிறது.

மலையுச்சியிலிருந்து மரங்களை வெட்டிக் கீழே கொண்டு வருவதற்கு ஒரு புதிய திட்டம் தீட்டுகிறான். அதன்படி மலை உச்சியில் இருந்து ஒரு இழுவிசையால் மரங்களைக் கீழே கொண்டுவர முயற்சிக்கலாம். அதாவது வின்ச் செல்வது போன்ற முறையது என்கிறான்.

மரங்கள் வெட்டுவதை எதிர்க்கும் மடாலய ஊழியர்களைப் பேய் வடிவில் பயமுறுத்தி விரட்டுகிறான். பிறகு குருமார்களுடன் தோழமை கொண்டு நினைத்ததை முடிக்கிறான்.

இந்த நிலையில் உள்ளூரில் ஒரு அழகான விதவையிருக்கிறாள். அவளை அடைவதற்கு பலரும் முயற்சிக்கிறார்கள். அவளது ஆட்டுக் குட்டியை மீட்க ஒரு முறை பேசில் உதவி செய்கிறான். அதிலிருந்து அவளது அழகில் மயங்கி அவளை மனதிற்குள் காதலிக்க ஆரம்பிக்கிறான். அதை அறிந்துகொண்டு ஜோர்பா தூண்டிவிடுகிறான். ஆனால் பேசில் ஏதாவது எதிர்ப்புவருமோ எனப் பயந்து ஒதுங்கியே போகிறான்.

ஒருமுறை அருகாமை நகருக்குக் கட்டுமானப் பொருட்களை வாங்கி வரச் செலகிறான் ஜோர்பா. அங்கே போனதும் கைப்பணத்தைக் குடித்து. நடனமாடி. வேசைகளுட்ன செலவழிக்கிறான்.

ஊரிலோ காமம் அதிகமாகி தவித்த பேசில். ஓர் இரவு விதவையின் வீட்டுக்கதவைத் தட்டி அவளைச் சந்திக்கிறான். இவரும் படுக்கையில் நெருக்கமாக இருக்கிறார்கள். இதைக் கண்ட விதவையின் மீது ஒரு தலைக்காதல் கொண்ட ஓர் இளைஞன் மனம் உடைந்து தற்கொலை செய்து கொள்கிறான். இறந்த உடலைத் தூக்கிக்கொண்டு விதவையின் வீட்டை ஊரே கூடி வளைத்துக் கொள்கிறது. பேசில் தப்பிவிடுகிறான்.

மறுநாள் விதவையைத் தாக்க பலரும் முயற்சிக்கிறார்கள். இதற்குள் ஜோர்பா பணத்தை தான்தோன்றித்தனமாகச் செலவழித்துவிட்டான் என்று கோபப்படுகிறான் பேசில்.

ஜோர்பாவோ தான் இளமையை மீட்டு வந்திருப்பதாகச் சொல்லிச் சிரிக்கிறான். இதற்கிடையில் ஒரு தனியிடத்தில்

விதவையைச் சுற்றி வளைத்து ஒரு கும்பல் தாக்குகிறது. அவளைக் காப்பாற்ற ஜோர்பா முயற்சிக்கிறான். ஆனால் அதற்குள் அவள் கழுத்து அறுபட்டு இறந்து போய்விடுகிறாள். அந்தச் சோகம் பேசிலை உலுக்குகிறது.

இன்னொரு பக்கம் உடல் நலமற்றுப் போன விடுதிக்காரியை ஜோர்பா கூட இருந்து தேற்றி நலமடைய முயற்சிக்கிறான். அவனது நெகிழ்வான அன்பைப் புரிந்துகொள்கிறாள். முடிவில் உடல்நலம் தேறமுடியாமல் அவள் மரணமடைகிறாள். வாரிசில்லாத அவளது சொத்தை அடைய ஊரே போட்டி போடுகிறது. அவளது வளர்ப்புக் கிளியை மட்டும் தனதாக்கிக் கொள்கிறான் ஜோர்பா.

இதற்குள் ஜோர்பா அமைத்த வின்ச் வழியாகக் கொண்டுவரப்பட்ட மரங்கள் இழுவை உடைந்து போய் சிதறி மொத்தமும் வீணாகிப் போகிறது. தனது கனவுகள் நொறுங்கி போனதை பேசிலால் தாங்கிக் கொள்ள முடியவில்லை. முடிவில் கடற்கரையில் பேசிலைச் சந்திக்கும் ஜோர்பா இதுதான் வாழ்க்கை என்று புதிய விளக்கம் தருகிறான்.

ஜோர்பாவிடமிருந்து துயரமும் ஒருவிதமான மகிழ்ச்சியே, அதை ஏற்றுக்கொண்டே ஆக வேண்டும் என்பதைப் புரிந்து கொள்கிறான், அத்துடன் ஜோர்பா வழியாக அவனது இசையையும் நடனத்தையும் உற்சாகத்தையும் வாழ்வை எளிமையான பார்க்கவும் ரசித்து கொண்டாடவும் கற்றுக்கொள்கிறான் பேசில்.

வாழ்க்கையை அதன் இயல்பில் விட்டு அனுபவிப்பது ஒரு கலை. அப்படி வாழ்ந்த ஒருவன்தான் ஜோர்பா. அவன் தெய்வீகம் கொண்டவனில்லை. ஆனால் தன் எளிய வாழ்வின் வழியே உன்னதங்களை அறிந்தவன். அவன், மனிதனுக்குக் கொஞ்சம் பைத்தியக்காரத் தனம் அவசியம் என்கிறான். அத்துடன் இன்றைய பொழுதை வாழத்தெரியாமல் எதிர்காலத்தைப் பற்றி நினைப்பவன் முட்டாள் என்கிறான். நடனமும் இசையுமே மனிதனை ஊக்கப்படுத்தும் இரண்டு முக்கியக் கலைகள். அதனால் அத்தனை பேரும் நடனமாட வேண்டும் என்று வலியுறுத்துகிறான்.

உற்சாகமாக இருப்பதற்கு வயது ஒரு தடையில்லை. உலகை நாம் ஒவ்வொரு துளியிலும் முழுமையாகக் கொண்டாட வேண்டும். பெண்கள், குடி, நடனம், இசை, விருந்து, சேர்ந்து

எஸ்.ராமகிருஷ்ணன் ✦ 77

விவாதிப்பது, சேர்ந்து வேலை செய்வது என அத்தனையும் மனிதனுக்குத் தேவை என்கிறான் ஜோர்பா.

உலகை மனிதர்கள் சிக்கலாகப் புரிந்துகொண்டால் தாங்களும் சிக்கலாகி உலகையும் சிக்கலாக்கி விடுவார்கள். ஆகவே எதற்காகவும் வருத்திக் கொள்ளாதீர்கள். மனிதநேசமும், எதிர்பார்ப்பு இல்லாத அன்பும், இருப்பதைக் கொண்டாடத் தெரியும் மனநிலையுமே மனிதனுக்குத் தேவை என்று சிரிக்கிறான் ஜோர்பா.

இந்த நாவல் ஹாலிவுட்டில் ஆன்டனி குயின் நடித்துப் படமாகவும் வந்திருக்கிறது. இப்படத்தின் Mikis Theodorakisயின் கிரேக்க இசையும் ஆன்டனி குயினின் நடிப்பும் மிக அற்புதமானவை.

நாவலில் இளைஞனாக வரும் பேசில் முதிர்ச்சியும் அறிவுத் தேட்டமும் கொண்டவனாக இருக்கிறான். தத்துவம், மெய்ஞானம், இலக்கியம் என்று அவனது தேடுதல் இருக்கிறது. அவனுக்கு நேர் எதிரான தன்மைகள் கொண்டவர் ஜோர்பா.

வாழ்வினை நேரடியாகக் கொண்டாடுகிறான். இலக்கியம் தேவையில்லை, தத்துவம் தேவையில்லை. வாழ்க்கையை அனுபவிப்பது தான் முக்கியம் என்கிறான். முதியவனிடம் இளமையான மனதும், இளைஞனிடம் முதிய மனதும் காணப்படுகிறது. பெண்களுடன் பேச்தெரியாத இளைஞர்களின் தயக்கத்தைக் கேலி செய்கிறான். நடனமாடத் தெரியாதவர்களைக் கண்டு ஏளனம் செய்கிறான்.

தொழில் சார்ந்து ஏதாவது ஒரு சிக்கல் உருவாகும்போது இளைஞர்கள் அதிக குழப்பமடைந்து போவதுடன் மிகுந்த மனச்சோர்வும் கொள்கிறார்கள். அதனால் பிரச்சினைகள் அதிகமாகிறது. நிதானமாக யோசித்து முயன்றால் எளிமையான விடை கிடைக்கக்கூடும். அதைத் தங்களது பதற்றத்தால் மறந்துவிடுகிறார்கள் என்கிறான் ஜோர்பா.

ஓஷோ இவனை இன்னொரு புத்தர் என்கிறார். அதாவது புத்தநிலையை அடைந்த நவீன மனிதன் என்று புகழ்ந்து சொல்கிறார். ஜோர்பா பற்றிய அவரது உரைகள் மிக முக்கியமானவை.

இந்த உலகம் ஒரு பெரும் விருட்சம். நான் அதன் ஒரு பச்சைநிற இலை. கடவுளின் விருப்பம் எனும் காற்றில் நடன

மாடியே எனது இருப்பைக் கொண்டாடிக்கொண்டிருக்கிறேன். மரத்தோடு சேர்ந்து நானும் ஆடுகிறேன் என்பதே என் இயல்பு என்கிறான் ஜோர்பா.

அவனது கருத்தின்படி உலகில் உள்ள எல்லா இயக்கமும் கடவுளே. அதில் கடவுளைக் காண முடிந்தவன் பாக்கியசாலி. மனிதர்கள் பாலுறவு என்ற ஒன்றை ஒளித்து மறைக்க வேண்டியதில்லை. உலகியலிலும் ஆன்மிகத்திலும் முழுமையாக நுகர்பவனே சரியான மனிதன் என்கிறான் ஜோர்பா.

Dionysius, Apollo என்ற இரண்டு கிரேக்க கடவுள்களின் சாயலில் உருவாக்கப்பட்டவர்களே ஜோர்பாவும் பாசிலும் என்கிறார்கள் விமர்சகர்கள்.

மதமும், கடவுள் நம்பிக்கையும், அதிகாரத்தின் தோற்றம், வளர்ச்சி, மனித நம்பிக்கைகள் இவையே நாவலின் மையம். எது நன்மை, எது தீமை, அறிவால் உலகை வெல்ல முடியுமா, பாலின்பம் என்பது சுதந்திரமா என்ற விவாதங்கள் நாவலில் தீவிரமாக இடம் பெற்றுள்ளன.

நாவல் எழுத்தாளன் பார்வையில் சொல்லப்படுகிறது. அவனை ஜோர்பா பாஸ் என்றே அழைக்கிறான். ஆனால் நாவலின் முடிவில் ஜோர்பாதான் உண்மையான பாஸ் ஆகிறான் என்பதை வாசகர்களால் உணர முடிகிறது.

கசான்ஸ்சாகிஸ் ஏதென்சில் சட்டம் படித்தவர். பின்னர் அங்கிருந்து பாரீஸ் சென்று தத்துவம் பயின்றார். பௌத்த தத்துவங்களை ஆழமாகப் பயின்றிருக்கிறார். நீட்சே மீது அபிமானம் கொண்டவர். நாடகங்களும் நாவல்களும் எழுதியிருக்கிறார். இவரது The Last Templation of Christ என்ற நாவல் மிகுந்த சர்ச்சைக்கு உள்ளாகி பலநாடுகளில் தடை செய்யப்பட்டது. அது பின்பு படமாகவும் வெளியானது.

ஆல்பெர் காம்யூவிற்கு நோபல் பரிசு அறிவிக்கப்பட்டபோது அது தன்னை விட கசான்ஸ்சாகிஸிற்கு கிடைத்திருக்க வேண்டும் என்று காம்யூ அறிவித்தார்.

கசான்ஸ்சாகிஸ் சாயலில்தான் நாவலில் பேசில் உருவாக்கப் பட்டிருக்கிறான். நாவலில் பேசில் படித்துக்கொண்டுவரும் dante's Divine Comedy, புத்தகத்தை எப்போதும் கையிலே வைத்துப் படித்துக் கொண்டிருப்பார் கசான்ஸ்சாகிஸ். அவரது மரணத்தின் போது கூட அது படுக்கை அருகில் இருந்திருக்கிறது.

தமிழில் அவசியம் மொழிபெயர்க்கப்பட வேண்டிய முக்கிய நாவல் இது.

ஆயிரக்கணக்கான ஆண்டுகளாக மனித இனம் எப்படி இருந்ததோ அப்படியேதான் இப்பொழுதும் இருக்கிறது. அதற்குக் காரணம், மனிதர்கள் அடிப்படையான ஒன்றை மறந்துவிட்டார்கள் என்று குறிப்பிடுகிறான் ஜோர்பா. அப்படி மனிதர்கள் மறந்தது எதுவென கேட்டதற்கு ஜோர்பா சொல்லும் பதில்:

The aim of man and matter is to create joy.

சந்தோஷத்தை உருவாக்கவும், காப்பாற்றிக் கொள்ளவும், பகிர்ந்து தரவும் மனிதர்கள் கொள்ளும் போராட்டமே நம் காலத்தின் முக்கியப் பிரச்சினையாக உள்ளது. அதையும் வணிகமாக்கிவிட்டது நமது துரதிருஷ்டமே. இந்தச் சூழலில் இந்நாவலின் அவசியம் இன்னமும் கூடுதலாக இருக்கிறது.

தாகூரும் கலாப்ரியாவும்

கலாப்ரியாவின் ஓடும் நதியை வாசித்துக்கொண்டிருந்தேன். அவரது உரைநடை மிகுந்த தன்னியல்பாக பெரும் வசீகரத்துடனிருக்கிறது. குங்குமம் இதழில் தொடராக வந்த கட்டுரைகள் இவை. இந்தப் புத்தகத்திற்கு வண்ணதாசன் எழுதியுள்ள முன்னுரை சமீபத்தில் நான் படித்த மிகச்சிறந்த முன்னுரை, வரிக்கு வரி அடிக்கோடிடத் தூண்டுகிறது.

கலாப்ரியாவின் இந்தக் கட்டுரைகளை உரைநடைக் கவிதைகள் என்றுதான் சொல்லவேண்டும். அவ்வளவு கவித்துவமான விவரணைகள். அடங்கியும் பீறிட்டும் எழும் உணர்வெழுச்சிகள், படிமங்கள், வாழ்வு அனுபவத்திலிருந்து உருவான உண்மைகள் என தினசரி வாழ்வின் நுண்மையான தருணங்களைச் சுட்டிக் காட்டுகின்றன இந்தக் கட்டுரைகள்.

இதில் இலக்கிய இரவு என்ற கட்டுரையில் அவர் மேற்கோளாகக் காட்டுகின்ற தாகூரின் கவிதையை வாசித்த பிறகு அடுத்த கட்டுரைக்குப் போகவே முடியவில்லை. என்ன அற்புதமான கவிதையது.

'என்னுடைய இளஞ்சாராயத்தை
என் கோப்பையுடனேயே
ஏற்றுக்கொள்
இன்னொன்றிற்கு மாற்றுகையில்
இந்த நூரைகள் மறைத்து விடலாம்'

இக்கவிதையை வாசிக்கையில் உருவாகும் மனவெழுச்சி முக்கிய மானதுநுரையோடு தருவது என்பது உயர்ந்தபட்ச அன்பு இல்லையா?

இதைப்பற்றி யோசிக்கையில் தாகூரைப்பற்றிப் பல ஆண்டு காலமாக தொடர்ந்து பேசிக்கொண்டேயிருப்பவர் கலாப்ரியா என்று தோன்றியது.

எனது கல்லூரி நாட்களில் கலாப்ரியாவை முதன்முறையாக சந்தித்தேன். அன்றிலிருந்து பல சந்தர்ப்பங்களில் அவரோடு உரையாடியிருக்கிறேன். வீட்டிற்குச் சென்று தங்கி இரவெல்லாம் பேசியிருக்கிறேன். என்னை எழுதத் தூண்டியதுடன் தொடர்ந்து இன்றுவரை என் படைப்புகளை அக்கறையோடும் அன்போடும் உடனே வாசித்துப் பகிர்ந்துகொள்பவர் கலாப்ரியா. அவ்வகையில் அவரும் எனது ஆசான்.

குற்றாலம் கவிதைப்பட்டறையின்போது ஒரு முறை அவர் தாகூரின் கவிதையை மேற்கோளாகக் காட்டியது நினைவில் இருக்கிறது. அப்போது அரங்கில் பலரும் எஸ்ராபவுண்ட் ஆலன் கின்ஸ் பெர்க், ஆக்டோவியா பாஸ் என்று பேசிக்கொண்டிருக்கையில் தாகூரின் கவிதை வரிகளை கலாப்ரியா நினைவுகூர்ந்தது எனக்கு மிகவும் பிடித்திருந்தது.

அதன் பிறகு அவரது சில தனிப்பேச்சில், இலக்கிய உரையாடல்களில் தாகூரை எடுத்துச் சொல்வதைக்கேட்கும் போதெல்லாம் வியந்திருக்கிறேன். தாகூரைப் பற்றி கலாப்ரியா பேசும்போது அவரது முகத்தில் உருவாகும் பிரமிப்பும் வியப்பும் தனித்துவமானது. ஒரு மகாகவியின் மீதான தனது தீராத அன்பை வெளிப்படுத்துகிறார் என்பதைக் கேட்பவர்கள் முழுமையாக உணர்ந்து கொள்ள முடியும். தாந்தேயைப் பற்றி போர்ஹே எழுதும்போது இதே பரவசமும் வியப்பும் கொண்டிருப்பதை உணர்ந்திருக்கிறேன்.

கலாப்ரியாவின் கவிதைகளில் வரும் சசியைப்போல அவரது இன்னொரு கனவுக்காதலி தாகூர் என்றே சொல்வேன்.

தாகூரின் வரிகளும் தாகூரின் வாழ்க்கையும் கலாப்ரியாவிற்குள் ஆழமாக வேர் கொண்டிருக்கின்றன. ஒருவகையில் தாகூரின் கவிதையுலகினை கலாப்ரியா முன்னெடுத்துப் போகிறார் என்றும் சொல்லலாம். அது வெறும் பாதிப்பில் எழுதப்படுவதில்லை. ஆழ்ந்த ஈடுபாட்டில் உருவாவது. இசையில் தனது ஆசான் பாடும் முறையிலே சீடனும் பாடுவது போன்ற ஒரு பரம்பரை. ஒரு பின்தொடரல். அல்லது ஒரு மயக்கம்.

தமிழின் நவீனக் கவிஞர்கள் பலரையும் நான் சந்தித்து பேசியிருக்கிறேன். ஒருவரும் ஒரு வரிகூட தாகூரைப்பற்றி பேசி

நான் கண்டதேயில்லை. கலாப்ரியா ஒருவரே தாகூரை ஆழ்ந்து கற்று எப்போதும் தாகூரின் கவிதைகளைக் கொண்டாடி வருகிறார். கலாப்ரியாவின் கவிதையுலகில் தாகூரின் வாசனை இருந்து கொண்டேயிருக்கிறது. சந்தனத்தைத் தொட்ட கையில் மணமிருப்பதை போல.

எனக்கு தாகூரின் கவிதைகளை விடவும் அவரது சிறுகதைகள் எப்போதும் பிடிக்கும். அதிலும் குறிப்பாக, கல்லின் வேட்கை என்ற அவரது சிறுகதை எனக்கு மிகவும் பிடித்தமானது. ஆனால் தாகூரின் கவிதைகளைப் பற்றி கலாப்ரியா சொல்லும் தருணங்களில் எல்லாம் உடனே அவரது கவிதைகளை வாசிக்க வேண்டும் என்ற மன எழுச்சி உருவாகும். தேடி வாசித்துப் பார்ப்பேன். அதில் அதிகம் மனம் ஒன்றிப்போகாது. அப்படியே விட்டுவிடுவேன்.

ஆனால் தாகூரின் உரைநடையைத் தொடர்ந்து வாசித்தபோது நான் கண்ட ஒரு அம்சம், அவரது கதைகளின் மையப்படிமம். ஒரு குடும்பத்தின் வீழ்ச்சி, குறிப்பாக கூட்டுக்குடும்பம் ஒன்றின் சரிவு அல்லது எதிர்பாராத நெருக்கடி.

இக்கதைகளில் ஒரு விசித்திரம் அல்லது ஒரு எதிர்பாராத திடுக்கிடல் இருக்கும். அதை இயல்பான காட்சிகளின் வழியே சித்தரித்துக் கொண்டே வந்து சட்டென அடையாளம் காட்டுவார். அப்போது அடையும் திகைப்பு, பயம் அல்லது அதிர்ச்சி நம்மை உலுக்கிவிடும். அன்றாட வாழ்க்கையின் போக்கினைத்தான் சமன்குலைப்பதில்லை என்பது போன்று எழுதிச் செல்லும் கதையில் ஏதாவது ஒரு இடத்தின் வழியே ஒரு பெரிய வீழ்ச்சியை, துக்கத்தை அல்லது மீறலை அநாயசமாக சாதித்துவிடுவார்.

அதே அம்சத்தின் தொடர்ச்சியை கலாப்ரியாவின் கவிதைகளிலும் காணமுடிகிறது. இக்கவிதையின் ஒரு வீழ்ச்சியுற்ற குடும்பத்தின் சித்திரமே. அதன் கடைசிவரி தான் மற்ற வரிகளைத் தாங்கி , நிற்கிறது. ஆனால் அப்படியொரு வரியை, ஆரம்ப வரிகளை வாசித்துக் கடக்கையில் நாம் எதிர்பார்க்கவே முடியாது. நிசப்தமான குளத்தின் மீது வீசி எறியப்பட்ட கல்லைப்போல அது மொத்த நிகழ்வையும் கலைத்து சுழலச் செய்கிறது. கவிதையை வாசித்து முடிகையில் கசப்பான வேப்பிலைச் சாற்றை ஒரு மிடறு குடித்தது போன்றிருக்கிறது. கவிஞன் தன் குரலை உயர்த்தாமல் மரணத்தையும் மற்றொரு நிகழ்வாகவே சொல்கிறான். அந்த மரணம் நம்மை உலுக்குகிறது.

அதிலிருந்து திரும்பி முதல் வரியை நோக்கி கண் நகர்கையில் எல்லா வரிகளும் பற்றி எரியத் துவங்குகின்றன. கவிதை உருவாகும் விந்தை இதுதானே.

சினேகிதனின் தாழ்வான வீடு
கறுப்பேறிப் போன
உத்திரம்,
வீட்டின் வளர்ந்த பிள்ளைகளுக்கு
கையெட்டும் உயரத்தில்.
காலேஜ் படிக்கும் அண்ணன்
அதில் அவ்வப்போது
திருக்குறள்,
பொன்மொழிகள்
சினிமாப் பாட்டின்
நல்லவரிகள் – என
எழுதியெழுதி அழிப்பான்
எழுதுவான்.
படிப்பை நிறுத்திவிட்டு
பழையபேட்டை மில்லில்
வேலை பார்க்கும் அண்ணன்
பாஸிங்ஷோ சிகரெட்டும்
தலைகொடுத்தான் தம்பி
விளம்பரம் ஒட்டிய
வெட்டும்புலி தீப்பெட்டியும்
உத்திரத்தின்
கடைசி இடைவெளியில்
(ஒளித்து) வைத்திருப்பான்.
அப்பா வெறுமனே
பத்திரப்படுத்தி வந்த
தாத்தாவின் – பல
தல புராணங்கள்
சிஞானபோதம்
கைவல்ய நவநீதம்
சைவக்குரவர் சரித்திரங்கள்
பலவற்றை,
வெள்ளையடிக்கச் சொன்ன

எரிச்சலில், பெரிய அண்ணன்
வீசி எறியப் போனான்.
கெஞ்சி வாங்கி
விளக்கு மாடத்தில் அடைத்ததுபோக
உத்திர இடைவெளிகளில்
ஒன்றில் தவிர
அனைத்திலும்
அடைத்து வைத்திருப்பாள்
அவன் அம்மா.
முதல் பிள்ளையைப்
பெற்றெடுத்துப் போனபின்
வரவே வராத அக்கா
வந்தால் -
தொட்டில் கட்ட
தோதுவாய் அதை
விட்டு வைத்திருப்பதாயும்
கூறுவாள்.. .. ..
நின்றால் எட்டிவிடும்
உயரம்
என்று சம்மணமிட்டு
காலை கயிற்றால் பிணைத்து -
இதில் தூக்கு மாட்டித்தான்
செத்துப்போனார்
சினேகிதனின்
அப்பா.

தாகூரை எப்போதுமே கொண்டாடி வரும் இன்னொருவர் கனடாவில் வசிக்கும் சி.ஜெயபாரதன். தமிழில் விஞ்ஞானம் குறித்து மிக அழகாகவும் நுட்பமாகவும் எழுதிவருபவர் இவர். இவரே ஒரு விஞ்ஞானி.

தாகூரின் கீதாஞ்சலியை அருமையாக மொழியாக்கம் செய்திருக்கிறார். இணையத்தில் நெஞ்சின் அலைகள் என்ற வலைப்பக்கத்தை நடத்தி வருகிறார். திண்ணை இணைய இதழில் தொடர்ச்சியாக இவரது படைப்புகள் வெளியாகின்றன. ஜெயபாரதன் தாகூரின் பக்தனைப் போலவே இருக்கிறார். அவரது இணையதளம் எங்கும் தாகூரின் வரிகள் நிரம்பி இருக்கின்றன.

நாம் லத்தீன்—அமெரிக்க எழுத்தாளர்களைக் கொண்டாடி வருவது போல லத்தீன்—அமெரிக்காவில் உள்ள கவிஞர்கள் தாகூரைக் கொண்டாடி வருகிறார்கள். சமகால லத்தீன்—அமெரிக்க கவிதைகளுக்கு தாகூர் ஒரு முக்கிய பாதிப்பாக இருந்து வருகிறார் என்று ஒரு கட்டுரையில் வாசித்தேன். குறிப்பாக, ஸ்பானியக் கவி விக்டோரியா ஒகம்பேயுடன் அவரது நட்பு குறித்து தனிப் புத்தகமே வெளியாகியிருக்கிறது.

1925ம் ஆண்டு தாகூர் பெருநாட்டின் அழைப்பை ஏற்று லத்தீன் அமெரிக்க நாடுகளுக்குப் பயணம் செய்தார். பயணத்தின் போது உடல் நலமில்லாமல் போகவே அர்ஜென்டினாவில் அவர் சில மாதங்கள் தங்கி ஓய்வு பெற்றார். விக்டோரியா ஒகம்பே அப்போது இளங்கவிஞர். அவர் தாகூரையும் காந்தியையும் மிகவும் நேசித்தவர்.

ஒகம்பே தேர்ந்த இலக்கிய வாசகர். ஆகவே தாகூரை ஆந்த்ரே ழிடின் மொழியாக்கத்தில் வாசித்திருக்கிறார். நோய்மையுற்ற தாகூரைத் தன் வீட்டிற்கு அழைத்துப் போய் தங்க வைத்துப் பராமரித்திருக்கிறார். அப்போது தாகூருக்கு வயது 66.

ஒகம்பேயின் இயற்கை எழில் நிரம்பிய வீடு தாகூருக்கு ரொம்பவும் பிடித்துப் போனது. காலை வெளிச்சத்தில் அங்குள்ள மலர்களைக் காண்பது அவருக்கு மகிழ்ச்சி தருவதாக இருந்தது. ஒகம்பே அவரோடு மிக நெருக்கமாகப் பழகினார். விக்டோரியாவின் பெயரை விஜயா என்று தாகூர் மாற்றி அழைத்தது அவருக்குப் பிடித்திருந்தது.

தாகூரின் ஓவியங்களை பாரீஸில் கண்காட்சி வைத்தபோது ஆறு ஆண்டுகளுக்குப் பிறகு இருவரும் மறுபடி சந்தித்துக்கொண்டார்கள். விக்டோரியா ஒகம்பே சர் என்ற இலக்கிய இதழை நடத்தி வந்தார். சர் என்றால் தெற்கு என்று பொருள். அந்த இதழின் வழியேதான் போர்ஹே, ப்யூன்டஸ் கொர்த்தசார் போன்ற முக்கிய எழுத்தாளர்கள் உருவாகியிருக்கிறார்கள். போர்ஹேக்கும் ஒகம்பே விற்கும் ஆழ்ந்த நட்பிருந்தது. அவரும் தாகூரை வாசித்திருக்கிறார்.

ஒகம்பே தாகூரைத் தனது மானசீகக் குருவாகக் கொண்டிருந்தார். கடிதங்களில் அதைத் தெளிவாக வெளிப்படுத்துகிறார். அந்த அளவு தாகூரின் பாதிப்பு ஸ்பானிய இலக்கிய உலகில் உள்ளது.

இலக்கியம் செல்லும் திசை

ஆப்ரிக்க இலக்கியம், லத்தீன்—அமெரிக்க இலக்கியம். பின்நவீனத்துவம். என்று ஒவ்வொரு பத்தாண்டிலும் உலக இலக்கியத்தின் போக்கு ஏதாவது ஒரு புள்ளியில் மையம் கொண்டிருக்கும். தற்போது அந்த மையப்புள்ளியாக உருக்கொண்டிருப்பது ஆசிய இலக்கியமே.

ஆசியநாடுகளின் இலக்கியப் படைப்புகள் குறித்த தீவிரமான சர்ச்சைகள், ஆய்வரங்குகள் மேற்குலகில் தொடர்ந்து நடந்து வருகின்றன. சமீபத்தைய வருடங்களில் புக்கர் பரிசு உள்ளிட்ட பல முக்கியமான இலக்கியப் பரிசுகளை வென்றவர்கள் ஆசிய எழுத்தாளர்களே.

யான் மார்டில் (Yann Martel)

2002ம் ஆண்டிற்கான மான்புக்கர் பரிசு பெற்ற Life of pi என்ற நாவலின் மூலம் உலகின் கவனத்தைப் பெற்ற யான் மார்டில் கனடாவைச் சேர்ந்தவர்.

பட்டேல் என்ற பாண்டிச்சேரியைச் சேர்ந்த இளைஞன் கடற் பயணத்தில் சந்திக்கும் விசித்திரமான நெருக்கடியைப் பற்றியதே இந்த நாவல். பட்டேல் தன் பெயரை பை என்று சுருக்கிக்கொண்டிருக்கிறான். அவனது பெற்றோர் ஒரு மிருகக்காட்சி சாலை நடத்துகிறார்கள். இங்கிருந்து இடம் பெயர்ந்து கனடா போய் வாழ்வது என்று ஒரு கப்பலில் பையின் குடும்பம் புறப்படுகிறது. அதற்காக மிருகக்காட்சி சாலையில் உள்ள மிருகங்கள் ஒரு கப்பலில் ஏற்றப்படுகின்றன. அந்தக் கப்பல் கடலில் விபத்திற்கு உள்ளாகிறது.

அதில் தப்பி உயிர்காக்கும் படகில் ஒரு வங்கப்புலியோடு 227 நாட்கள் கடலில் தவித்து உயிர் பிழைக்கிறான் பை. முடிவில் அவன் ஜப்பானிய அதிகாரிகளிடம் மாட்டிக் கொண்டு விசாரணை செய்யப்படுகிறான். அப்போது தனது கடற்பாடுகளை வேறு ஒரு கதை போல மாற்றிச் சொல்கிறான். இரண்டில் எது நன்றாக உள்ளது என்று கேட்கையில் அதிகாரிகள் மிருகங்களுடன் தப்பி உயிர்பிழைத்த கதையே என்கிறார்கள்.

இந்த நாவல் தற்போது படமாக்கப்பட்டு வருகிறது. தனது நாவலின் களத்தை அறிந்து கொள்வதற்காக இந்தியாவில் ஒன்றரை வருடங்கள் வாழ்ந்திருக்கிறார் யான் மாட்டில் Beatrice and Virgil இவரது சமீபத்தைய நாவல். உருவகக்கதை போல அமைந்துள்ள இந்த நாவலும் மிகச் சிறப்பாக எழுதப்பட்டிருக்கிறது.

ரானா தாஸ்குப்தா (Rana Dasgupta)

இங்கிலாந்தில் வாழும் இந்தியர். இவரது முதல் நாவல் Tokyo Cancelled. 13 சிறுகதைகள் ஒன்று சேர்ந்து உருவாக்கப்பட்ட புதிய வடிவம் கொண்டுள்ளது. போர்ஹெஸ் மற்றும் மார்க்வெஸின் எழுத்துகளில் காணப்படும் மாயத்தன்மையும் கவித்துவமான கதை சொல்லும் முறையும் இவரிடமும் காணப்படுகின்றன. இவரது ஷிளிலிளி நாவல் பல்கேரியாவில் வசிக்கும் நூறு வயதான ஒரு பார்வையற்ற ஒருவரின் நினைவுகளின் வழியே இரண்டு வேறுபட்ட காலங்களில் நடைபெறும் வரலாற்று முக்கியமான சம்பவங்களை ஒன்று சேர்க்கின்றன. பழைய டெல்லி பற்றிய இவரது அவதானிப்புகள் வியப்பளிக்கின்றன.

கார்லோஸ் ருஸ் ஜபான் (Carlos Ruiz Zafón)

ஸ்பானிஷிய எழுத்தாளரான இவரது The Shadow Of The Wind மிக முக்கியமான நாவல். இந்த நாவல் காலத்தால் கைவிடப்பட்டு மறந்துபோன புத்தகங்களுக்கான ஒரு ரகசிய கல்லறை போன்ற நூலகம் ஒன்றிற்குள் சென்று தனக்கு விருப்பமான ஒரு புத்தகத்தை தேர்வு செய்யும் டேனியல் என்ற இளைஞனைப் பற்றியது.

அவன் தேர்வு செய்த புத்தகமே காற்றின் நிழல். அந்த நாவலின் மீது கொண்ட ஈர்ப்பால் அந்த எழுத்தாளரின் அடுத்த புத்தகத்தை தேடத் துவங்கி, அதன் வழியாகத் தனது

சொந்த வாழ்வின் நினைவுகளை இழந்த அடையாளங்களைத் தெரிந்துகொள்வதே நாவலாக விரிகிறது.

ஒரு புத்தகத்தோடு ஒரு வாசகனுக்கு உள்ள உறவு எவ்வளவு முக்கியமானது என்பதை இந்த நாவல் அழகாக விவரிக்கிறது. புனைவில் உள்ள ஒரு கதாபாத்திரம் நிஜமாகி புத்தகங்களின் விதியை அது முடிவு செய்கிறது என்ற கற்பனை அபாரமானது. நாவலின் உரையாடல்களும் கதைத்துவமும் போர்ஹெஸை அதிகம் நினைவூட்டுகின்றன. சமகால உலக இலக்கியத்தில் போர்ஹெஸின் பாதிப்பு இல்லாத முக்கிய எழுத்தாளர்களே இல்லை என்றுதான் சொல்ல வேண்டும்.

இவரது சமீபத்திய நாவல், The Angels Game. இதுவும் மிகை புனைவு வகை எழுத்தே.

காலித் ஹொசைனி (Khaled Hosseini)

அமெரிக்காவில் வாழும் ஆப்கானிய எழுத்தாளர், The Kite Runner என்ற இவரது நாவல் *2003*ம் ஆண்டு வெளியாகி மிகுந்த பிரபலமாகியதுடன் திரைப்படமாகவும் எடுக்கப்பட்டு வெற்றியடைந் தது. இந்த நாவல் ஒரு கோடிப் பிரதிகள் விற்பனையாகி உள்ளதாகச் சொல்கிறார்கள்.

இரண்டு ஆண்டுகளுக்கு முன்பு வெளியான இவரது A Thousand Splendidsuns நாவலும் விற்பனையில் பெரிய சாதனை செய்திருக்கிறது. யுத்த பின்புலத்தில் சிதறுண்ட குடும்பங்களின் கதையைச் சொல்வதே இவரது எழுத்து. ஆப்கானில் இருந்து அமெரிக்காவிற்குப் புகலிடம் தேடிச் சென்ற அமீர் என்ற சிறுவன் மற்றும் அவனது தந்தையின் வாழ்க்கையும் பால்யத்தின் மறக்கமுடியாத நினைவுகளுமே கதையின் மையம். நாற்பத்தைந்து வயதாகும் ஹொசைனி அரசியல் காரணங்களுக்காக சொந்த நாட்டினையும் உறவுகளையும் துறந்து செல்லும் மனிதர்களின் வாழ்வே தன்னைத் தொடர்ந்து எழுதச் செய்கிறது என்கிறார். யுத்தம் ஒரு தனிநபரின் நட்பு மற்றும் உறவுகளின் மீது என்ன விளைவுகளை உண்டாக்குகிறது என்பதை இவரது எழுத்தின் வழியாக, நுட்பமாக உணர முடிகிறது.

ஹருகி முராகமி (Haruki Murakami)

சமகால ஜப்பானிய இலக்கியத்தில் இவரே மிகச்சிறந்த எழுத்தாளர். உலகெங்கும் இவருக்கான வாசகர்கள் பல

லட்சமிருக்கிறார்கள். ஐரோப்பிய இலக்கியங்களை ஜப்பானில் மொழிபெயர்ப்பு செய்வதில் துவங்கி இன்று மிக முக்கிய எழுத்தாளர் ஆகியிருக்கிறார். தமிழில் கூட இவரது சிறுகதைகள் தனித்தொகுப்பாக வெளியாகி உள்ளது. ஜி. குப்புசாமி மொழிபெயர்த்திருக்கிறார். முராகமியின் சிறுகதைகள் வடிவ ரீதியாக முற்றிலும் மாறுபட்டவை. பகடியும் மாயத்தன்மையும் மிக்கவை. இவர் ஒரு மராத்தான் ஓட்டப் பந்தய வீரர் என்பதால் ஓட்டப்பந்தயம் குறித்து what i talk about when i talk about running என்றொரு சுவாரஸ்யமான புத்தகம் எழுதியிருக்கிறார். முராகமி நூற்றுக்கும் மேலான சிறுகதைகள் எழுதியிருக்கிறார். அந்தக் கதைகள் ஜப்பானிய தினசரி வாழ்வின் ஊடாக ஒரு மாயத்தன்மையை அல்லது அசாதாரண நிகழ்வை அடையாளப்படுத்துபவையாக இருக்கின்றன. இவரது இரண்டு முக்கிய நாவல்கள் Kafka On The Shore மற்றும் The Wind-Up Bird Chronicle.

இசையிலிருந்தே தனது எழுத்து பிறக்கிறது எனும் முராகமி காப்கா விருது, கிரையாமா விருது உள்ளிட்ட பல முக்கிய விருதுகளைப் பெற்றிருக்கிறார். இவரது கதைகளில் வரும் தவளைகள் பூனைகள் மற்றும் நாய்கள் குறித்து தனியே ஒரு புத்தகம் எழுதப்பட்டிருக்கிறது. அந்த அளவு வளர்ப்பு மிருகங்களை நாம் எப்படி நடத்துகிறோம். மனித நம்பிக்கைகள் எந்த அளவு சீரழிந்து வருகின்றன என்பதைப் பகடி செய்து எழுதியிருக்கிறார் முராகமி.

பிறந்த நாள் கதைகள் என்று பிறந்த நாளை முதன்மைப்படுத்தி பல்வேறு எழுத்தாளர்கள் எழுதிய சிறுகதைகள் கொண்ட ஒரு கதைத்தொகுப்பை தொகுத்து வெளியிட்டிருக்கிறார்.

ராபர்டோ போலனோ (Roberto Bolano)

சிலி நாட்டைச் சேர்ந்த நாவலாசிரியர் 2,666 என்ற இவரது 900 பக்க நாவல் சமீபத்திய நாவல்களில் மிக முக்கியமானது. இந்த நாவல் போலனோவின் மறைவிற்குப் பிறகு வெளியாகி உள்ளது. ஐந்து பகுதிகளாக உள்ள இந்நாவல் இரண்டாம் உலகப் போரின் பின்புலத்தில் நடைபெற்ற தொடர்கொலைகளை விவரிக்கிறது. போலனோவின் கனவுத்தன்மை மிக்க எழுத்து லத்தீன்—அமெரிக்கா வில் அரசியல் உருவாக்கிய வன்முறை மற்றும் துர்மரணங்கள் குறித்த ஆழ்ந்த மனவேதனை மற்றும்

அதிகாரத்திற்கு எதிரான மாற்றுக்குரலாக ஒலிக்கிறது. ஙிசீ ழிமிநிஜி மிழி சிபிமிலிணி இவரது மற்றொரு குறிப்பிடத்தக்க நாவல்.

ஹாசு இஷிகாரோ (Kazuo Ishiguro)

இங்கிலாந்தில் வசிக்கும் ஜப்பானிய எழுத்தாளர். மான் புக்கர் பரிசு பெற்றிருக்கிறார். இங்கிலாந்தில் வசித்தபோதும் ஜப்பானிய வாழ்வின் கடந்த காலங்களைப் பற்றியே இவரது நாவல்கள் பேசுகின்றன. The Remains of the Day என்ற இவரது நாவல் முக்கியமானது. இது ஒரு இங்கிலீஷ் பட்லரின் நினைவுகளைப் பேசுகிறது. குறிப்பாக அவரது நன்னடத்தை மற்றும் நம்பிக்கைகளை விவரிக்கிறது.

ஒரு மனிதன் தனது மனசாட்சிக்கு உண்மையாக நடந்து கொள்வது என்பது காலப்போக்கில் எப்படி மாறிக்கொண்டே வருகிறது என் பதையே இந்த நாவல் முதன்மையாகச் சுட்டிக்காட்டுகிறது. குறிப்பாக வேலைக்காரராகப் பணியாற்றும் ஒருவரின் தனிப்பட்ட சுகதுக்கங்கள் அவர் வேலை செய்யும் சூழலில் எப்படி வெளிப்படுகிறது. அது சரியா தவறா என்பதைப் பற்றி ஸ்டீவன் என்ற நாவலின் கதாநாயகன் மனக்குழப்பம் அடைகிறான். விசுவாசமாக இருப்பது என்றால் என்ன, அதை எப்படி வரையறை செய்வது என்பதை அவன் ஆராய்கிறான். நினைவுகளாகவும் நடப்பு நிகழ்ச்சிகளாகவும் இடை வெட்டிச் செல்கிறது நாவல்.

ஜீன் சினோஷ் (Jean Echenoz)

பனிரெண்டு நாவல்களை எழுதியுள்ள இவர் சமகாலத்தின் முக்கியமான பிரெஞ்சு எழுத்தாளர். இவரது எழுத்தும் பகடி வகையைச் சேர்ந்ததே. அலன் ராபே கிரியோவிற்கு நிகராகப் பேசப்படுகிறார். சரளமான கிண்டலுடன் கூடிய கதை சொல்லும் முறையே இவரது தனித்துவம். முதல்வரியிலே கதையைச் சொல்லத் துவங்கிவிடும் கதை சொல்லும் முறையைக் கொண்ட இவர் தன்னை ஒரு சீரியஸ் எழுத்தாளர் என்று சொல்வதைக் கூட கேலிசெய்தே எழுதுகிறார்.

I'm Gone என்ற இவரது நாவல் ஒரு கலைக்கூடத்தை நடத்துகின்ற ஒருவரின் சொந்த வாழ்வின் சிக்கல்களையும் கலைப்பொருள் விற்பனை எந்த அளவு மலிவாகப்பட்டிருக்கிறது

என்பதையும் விவரிக்கிறது. துப்பறியும் கதையைப் போன்ற எழுத்துமுறையோடு ஆசிரியரின் குரலும் இணைந்து இந்தக் கதையை விவரிக்கிறது.

எட்கர் கிட் (Etgar Keret)

சிறந்த இஸ்ரேலிய சிறுகதையாசிரியர். பல்வேறுவிதமான கதை சொல்லும் முறையை உருவாக்கி சிறுகதைகள் எழுதி வரும் இவர் குறுங்கதைகள் எழுதுவதில் அதிக ஆர்வம் கொண்டிருக்கிறார். The Bus Driver Who Wanted To Be God & Other Stories என்ற இவரது சிறுகதைத் தொகுப்பை வாசித்திருக்கிறேன். தனிமையும் விரக்தியான மனநிலையும் கொண்டவர்களின் கதைகளையே அதிகம் எழுதுகிறார். திரைப்படத்துறையில் அதிக ஈடுபாடு கொண்ட இவர் தனது மனைவியுடன் சேர்ந்து இயக்கிய படமான ஜெல்லி பிஷ் 'கான்ஸ்' படவிழாவில் விருது பெற்றிருக்கிறது.

ஷியாம் செல்லதுரை (Shyam Seladurai)

கனடாவில் வசிக்கும் ஷியாம் செல்லதுரை Funny Boy என்ற தனது முதல்நாவலின் வழியே கவனத்தை ஈர்த்துக்கொண்டார். இந்த நாவல் இலங்கையில் உள்ள ஒரு தமிழ்க் குடும்பத்தின் கதையை விவரிக்கிறது. ஷியாம் செல்லதுரையின் அப்பா தமிழர். அம்மா சிங்கள இனத்தைச் சேர்ந்தவர். 1983 இனக்கலவரத்தில் இலங்கையில் இருந்து புலம் பெயர்ந்து போன செல்லதுரை டொரன் டோவில் வசிக்கிறார். இந்த நாவல் கொழும்புவில் அவர் வசித்த பதின்வயது நாட்களை விவரிக்கிறது. குறிப்பாக பதின்வயதின் பாலின்ப ஈடுபாட்டை மையமாகக் கொண்டு அதன் ஊடாக ஒரு தமிழ்க் குடும்பத்தின் அகஉலகைச் சொல்கிறது இவரது எழுத்து. இனப்பிரச் சினையின் துவக்ககாலம், பதின்வயதின் அடையாளச் சிக்கல்கள், ஒரு பாலின்ப ஈடுபாடு என்று நாவல் விவரிக்கும் களம் நுட்பமானது. Cinnamon Gardens இவரது சமீபத்தைய நாவல்.

இவர்களுடன் நோபல் பரிசு பெற்ற எழுத்தாளரான ஒரர்ன் பாமுக் (Orhan Pamuk), கனடாவின் புகழ்பெற்ற எழுத்தாளரான மார்க்ரெட் அட்வுட் (Margaret Atwood). இத்தாலியின் ராபர்ட்டோ கலாசோ (Roberto Calasso), பிரான்சின் மார்க்ரெட் யூரிசனார் (Marguerite Yourcenar), அமெரிக்காவின் பிலிப் ராத் (Philip Roth) போன்றவர்களையும் விரும்பி வாசிப்பதுண்டு.

இவர்களது நாவல்கள் ஒவ்வொன்றையும் குறித்து விரிவாக எழுதினால் அது தனிப்புத்தகம் அளவு வந்துவிடும். ஆகவே இவர்களைத் தேடி வாசித்து அறிந்துகொள்ள வேண்டியது உங்களின் வேலை.

இந்தப் புத்தகங்கள் சென்னை, பெங்களூர், டெல்லி போன்ற பெருநகரங்களில் உள்ள லேண்ட்மார்க், ஒடிசி மற்றும் புக்வார்ம் கடைகளில் எளிதாகக் கிடைக்கின்றன. இணையத்தில், ஆன்லைனிலும் இவற்றை வாங்க இயலும்.

புத்தகங்களைத் தேர்வு செய்து படிப்பதில் உங்களது மன விருப்பமும் ஈடுபாடுமே முதன்மையானது. இருபது வயதில் நான் படித்துக் கொண்டாடிய சில புத்தகங்களை இன்று பத்து பக்கங்கள் கூடப் புரட்டிப்படிக்க முடியவில்லை. அதே நேரம் அன்று வீண்வேலை என்று புறமொதுக்கிய சிறுவர்களுக்கான நாவல்கள் இன்று வாசிக்க அருமையாக இருக்கின்றன. ஆகவே படிப்பது நமது மனதின் தேர்வாலே பெரிதும் அமைகிறது.

நான் தற்போது Children Classic's எனப்படும் Robinson Crusoe, Gulliver's Travels, Rip Wan Winkle, Little Women, The Wonderful Wizard Ofoz, The Adventures Of Tomsa Wyer, Heidi படிப்பதில்தான் அதிகம் விருப்பம் கொண்டிருக்கிறேன். அது தரும் புத்துணர்வும் மற்றும் அலாதியானம் வாசிப்பு இன்பத்திற்கு நிகராக வேறு எதுவும் இல்லை.

ஷெல் சில்வர்ஸ்டைன் கவிதை

"**சி**லவேளைகளில் நான் ஸ்பூனைத் தவறவிட்டு விடுகிறேன்" என்றான் சிறுவன்.

"நானும் அப்படிச் செய்வதுண்டு" என்றார் கிழவர்.

சிறுவன் முணுமுணுத்தான்.

"டவுசரிலே மூத்திரம் பெய்துவிடுகிறேன்."

"நானும் கூட அப்படித்தான்" என்று சிரித்தார் கிழவர்.

"நான் அடிக்கடி அழுகிறேன்" என்றான் சிறுவன்.

"நானும் அப்படியே செய்கிறேன்" என்று தலையாட்டினார் கிழவர்.

எல்லாவற்றையும்விட மோசம்,

"பெரியவர்கள் என் பிரச்சினைகளைக் கண்டு கொள்வதேயில்லை" என்றான் சிறுவன்.

சுருக்கம் விழுந்த கைகளின் இதமான அரவணைப்பை அச்சிறுவன் உணர்ந்தான்.

"நீ சொல்வதை என்னால் புரிந்துகொள்ள முடிகிறது" என்றார் அந்தச் சிறிய கிழவர்.

*

ஷெல் சில்வர்ஸ்டைன் (Shel Silverstein) மிகச்சிறந்த அமெரிக்க கவிஞர் மற்றும் ஓவியர்.

அவரது கவிதைகள் அற்புதமானவை. குழந்தைகளுக்காக அதிகம் எழுதியவர். இவரது முக்கியக் கவிதைகள் யாவும் தமிழில் மொழியாக்கம் செய்யப்பட வேண்டியது அவசியம். ஓவியத்துடன் இணைந்து இவர் எழுதிய கவிதைகள் தனித்துவமானவை.

ஆயிரம் கொக்குகள்

டஞ்சோ எனப்படும் கொக்குகள் ஜப்பானில் மிகப் புகழ்பெற்றவை. இந்தக் கொக்குகள் ஆயிரம் வருடம் வாழக்கூடியவை என்ற நம்பிக்கை ஜப்பானியர்களிடமிருக்கிறது. அரிதாகி வரும் இந்தக் கொக்குகளைக் காப்பாற்றுவதற்காக அரசு பெரும் முயற்சி எடுத்து வருகிறது. டஞ்சோ கொக்கைக் காண்பது நீண்ட ஆயுளைத் தரக்கூடியது என்று ஜப்பானியர்கள் நம்புகிறார்கள். ஆன்மாவின் குறியீடாகவும், சமாதானத்தின் அடையாளம் போலவும் கொக்குகள் சித்திரிக்கப்படுகின்றன. அதை ஜென் கவிதைகளில் தொடர்ந்து காணமுடிகிறது. டிராகன் போல கொக்கும் ஒரு புனிதபிம்பமே.

நம் ஊரிலும் கொக்குகள் அதிர்ஷ்டத்தைக் கொண்டு வருகின்றன என்ற நம்பிக்கையிருக்கிறது. சிறார்கள் வானில் பறக்கும் கொக்குகளைத் துரத்தியபடியே 'கொக்கே கொக்கே பூப்போடு' என்று ஓடுவதைக் கண்டிருக்கிறேன். கொக்கு பூப்போட்டதன் அடையாளமாக நகத்தில் வெண்திட்டு காணப்படும். அப்படி நகத்தில் இருந்தால் புதிய உடைகள் கிடைக்கக்கூடும் என்று நம்புவது வழக்கம். இன்றுள்ள சிறுவர்கள் அப்படி நம்புகிறார்களா எனத் தெரியாது. நான் சொல்வது முப்பது வருடத்தின் முந்தைய சிறார்களை.

கிராமத்து வயல்களில் கொக்குகள் இறங்கி புழுக்களை விழுங்கிக்கொண்டிருப்பதைக் காண்பது களிப்பூட்டும் அனுபவம். பச்சை ததும்பும் வயலின் நடுவில் ஒற்றைக் காலில் நின்றபடியே தியானத்திலிருக்கும் கொக்குகள் வசீகரமானவை. கொக்குகளின் கூட்டம் வானில் போவதைக் காண்பது

என்றுமே விருப்பமாகவிருக்கிறது. கொக்கு கடந்து போகையில் வானம் திடீரென அதிகப் பொலிவு கொண்டு விடுவது போலவேயிருக்கிறது.

கொக்கின் வெண்மையும், அதன் சாந்தமான தோற்றமும், காத்திருப்பின் நிதானமும், சிறகடிப்பில் தோன்றும் லயமும் மயக்கமூட்டுபவை. கொக்கைப் பார்த்துக்கொண்டேயிருப்பதுகூட ஒருவகையில் தியானம் போலத்தானோ?

அது மற்ற பறவைகளைப் போலில்லை. தனக்குள் எந்த ரகசியமும் இல்லை என்பது போன்ற நேரடியான பாவனையொன்று அதனிடம் காணப்படுகிறது. கொக்குகள் நடனமாடுகின்றன. அந்த நடனம் காற்றின் லயத்தோடு கூடியிருப்பதைப் பல நேரங்களில் கண்டிருக்கிறேன்.

மழையற்ற காலங்களில் கொக்கு ஊரைக் கடந்துபோகையில் ஏக்கத்துடன் சிறுவர்கள் அதை விரட்டிப் போவார்கள். கொக்கு பசுமையறியக் கூடியது. அது எப்போதுமே ஈரத்தை நோக்கிப் பறக்கிறது. குளிர்ச்சியே கொக்கின் விருப்பம். சிலவேளைகளில் குளக்கரையில் உட்கார்ந்தபடியே தம் பிம்பத்தை தாமே பார்த்துக்கொண்டிருக்கும் சில கொக்குகளைப் பார்த்திருக்கிறேன். நீரில் அலைவுறும் தம் பிம்பங்களைக் காண்பதில் கொக்குகள் ஏனோ ஆனந்தம் கொள்கின்றன. மீனுக்காகக் காத்திருந்தபோதும் கொக்கின் கவனம் மீனில் மட்டுமில்லை. அது நீரின் அசைவுகளைத்தான் பார்த்தபடியிருக்கிறது. தண்ணீரோடு பேசுகிறதோ என்று கூடத் தோன்றுகிறது.

ஜப்பானின் ஹிரோஷிமா நகரில் அணுகுண்டு வீசப்பட்ட போது ஷடாகோ சஷாகி (Sadako Sasaki) என்ற சிறுமிக்கு இரண்டு வயது. அவள் மிசாஷா பாலத்தின் அருகில் உள்ள ஒரு வீட்டில் இருந்தாள். அணுவீச்சின் காரணமாக நகரமே மாபெரும் பேரழிவைச் சந்தித்தது. சஷாகி அதில் அதிர்ஷ்டவசமாக உயிர்தப்பிவிட்டாள்.

ஆனால் அணுவீச்சின் பாதிப்பு அவள் உடலில் இருந்துகொண்டேயிருந்தது. அவள் வளர வளர நோயும் கூடவே வளர்ந்தது. முதலில் உடலில் நீலப்புள்ளிகள் தோன்றத் துவங்கின. உடல் மெலிவுற்றது. அவளது சிறுநீரகங்கள் பாதிக்கப்பட்டன. கால் முடக்கமானது. அதன் உச்சபட்சமாக பனிரெண்டாவது வயதில் அவள் லூகேமியா எனப்படும் ரத்தப்புற்று நோயால் பாதிக்கப்பட்டாள். இந்த நோயை அணுசக்தியின் நோய்

என்றே சொல்கிறார்கள். ரத்தத்தில் கலந்து ஆளைக் கொஞ்சம் கொஞ்சமாகக் கொல்லக்கூடியது.

பனிரெண்டு வயது சிறுமியான ஷடாகோ சஷாகியை 1955ஆம் ஆண்டு பிப்ரவரி 21ஆம் நாள் மருத்துவமனையில் அனுமதித்தார்கள். ஒரு வருடம்தான் அவளது வாழ்க்கை என்று மருத்துவர் கெடு விதித்துப் போனார். படுக்கையில் நோயாளியாகப் படுத்தபடியே வெளி உலகினை ஏக்கத்துடன் பார்த்தபடியிருந்தாள் சஷாகி. அவளது பெற்றோர் மனம் உடைந்து போனார்கள்.

சஷாகியின் தோழி சிசுகோ ஹமாமோதோ (Chizuko Hamamoto) அடிக்கடி மருத்துவமனைக்கு வந்து சஷாகியோடு விளையாடிப் போவாள். ஒருநாள் அவள் வரும்போது காகிதத்தில் செய்த கொக்கு ஒன்றைக் கொண்டுவந்து சஷாகியிடம் தந்தாள். "எதற்காக இந்தக் கொக்கு?" என்று கேட்டபோது, "கொக்கு நீண்ட ஆயுளைக் குறிக்கக்கூடியது. ஆயிரம் காகிதக் கொக்குகளை நீ செய்து முடித்துவிட்டால் கட்டாயமாகப் பிழைத்து விடுவாய்" என்று கூறினாள்.

அத்துடன் அடுத்தவர்களின் துயரத்தைப் புரிந்துகொள்வதன் அடையாளமாகவே தான் கொக்குகளை உருவாக்குகிறேன் என்று தோழி சொன்னாள், இதை நம்பிய சஷாகி மறுநாள் முதல் காகிதக் கொக்குகளை உருவாக்கத் துவங்கினாள். பகல் எல்லாம் காகிதத்தை மடித்து கொக்கு செய்வது, அதைத் தனது படுக்கையின் மீது ஒரு கயிற்றில் தொங்க விடுவது என்று செயல்பட்டாள்.

காகிதக் கொக்குகளின் கூட்டம் அவள் படுக்கையின் மீது அசைந்தபடியே இருந்தது. ஒரு சமயம் அவள் கொக்கு செய்வதற்கு காகிதம் இல்லாமல் போகவே மருந்துபுட்டிகளின் உறையை எடுத்து அதில் கொக்கு செய்திருக்கிறாள். மற்ற நோயாளிகளின் மருந்துச்சீட்டுகளை மடித்து கொக்கு செய்திருக்கிறாள். சிலவேளை சிசுகோ தன் பள்ளியில் படிக்கும் மாணவர்களிடமிருந்து காகிதம் கொண்டுவந்து தந்து கொக்கு செய்யத் தூண்டியிருக்கிறாள்.

எப்படியும் தன்னால் ஆயிரம் காகிதக் கொக்குகளைச் செய்துமுடித்துவிட முடியும் என்ற நம்பிக்கை அவளுக்குள் இருந்தது. தான் கொக்குகளைச் செய்யத் துவங்கிய பிறகு வாழ

வேண்டும் என்ற உத்வேகம் அதிகமாகி வருவதை உணரத் துவங்கினாள்.

ஆனால் 644 கொக்குகள் செய்து முடித்தபோது நோய் முற்றி சஷாகி மரணம் அடைந்துவிட்டாள். இந்தச் செய்தி அறிந்த பள்ளி மாணவர்கள் சஷாகி ஆசைப்பட்டபடியே மற்ற 356 காகிதக் கொக்குகளை செய்து பரிசளித்தனர். இச்செய்தி ஜப்பான் முழுவதும் பரவியது. அன்றிலிருந்து இன்று வரை காகிதக் கொக்குகளை சமாதானத்தின் அடையாளமாக மக்கள் கருதுகிறார்கள். ஆயிரம் காகிதக் கொக்குகளைச் செய்தால் நோயாளி ஆரோக்கிய மாகிவிடுவார் என்ற நம்பிக்கை வலுப்பெற்றது.

அத்தோடு குழந்தைகள் சுகமாகப் பிறந்ததற்கும், ருதுவான பெண்கள் தனக்கு விருப்பமான மணமகன் கிடைப்பதற்கும் ஆயிரம் காகிதக் கொக்குகளைச் செய்து சமர்ப்பிக்கிறார்கள். வீட்டினுள் காகிதக் கொக்கு பறந்துகொண்டிருப்பது அமைதி மற்றும் சந்தோஷத்தின் அடையாளமாக நம்பப்படுகிறது.

ஹிரோஷிமாவில் சஷாகிக்கு ஒரு நினைவிடம் அமைக்கப்பட்டு ஆண்டுதோறும் பள்ளி மாணவர்கள் ஆயிரக்கணக்கில் ஒன்று சேர்ந்து காகிதக் கொக்குகளைச் செய்து அங்கே காணிக்கை ஆக்குகிறார்கள்.

இறந்தவர்கள் காகிதக் கொக்குகளின் குரலைக் கேட்டுக் கொண்டிருக்கிறார்கள் என்றும் ஒரு நம்பிக்கை இதிலிருந்து வளரத் துவங்கியது. ஜப்பானியர்கள் அணுவீச்சின் எதிர்ப்பு அடையாளமாக காகிதக் கொக்குகளை உருவாக்குகிறார்கள். இன்றும் ஆகஸ்ட் 6ஆம் தேதி நாடெங்கும் காகிதக் கொக்குகள் தயாரிக்கப்பட்டு பறக்கவிடப்படுகின்றன. ஓரிகாமி எனப்படும் காகித மடிப்புக்கலையில் கொக்குகள் விதவிதமான வண்ணங்களில், அளவுகளில் உருவாக்கப்படுகின்றன. தங்க நிறத்தில் பெரிய கொக்குகளைச் செய்து பொது இடங்களில் பறக்க விடுகிறார்கள். திருமணத்தின்போது மணமக்கள் பல ஆண்டுகாலம் வாழ வேண்டும் என்பதன் அடையாளமாக காகிதக் கொக்குகளைப் பரிசாகத் தருகிறார்கள்.

ஷடாகோ சஷாகியின் நம்பிக்கையின் சின்னமாக இருந்த காகிதக் கொக்கினைப் பற்றி பிரபல ரஷ்யக் கவிஞர் ரசூல் கம்சுதேவ் ஒரு நீண்ட கவிதை எழுதியிருக்கிறார்.

சஷாகியின் கதை ஜப்பானிய பள்ளிப் புத்தகங்களில் பாடமாக வைக்கப்பட்டுள்ளது.

அமெரிக்காவில் செப்டம்பர் 11 தாக்குதல் நடந்தபோது பலியான 24 பேரில் ஒருவரான KazuShige Ito வின் அப்பா Tsugio Ito ஹிரோஷிமா விபத்தில் உயிர்தப்பியவர். இன்று அவரது பையன் தீவிரவாதிகளின் தாக்குதலில் உலக வர்த்தக மையத்தில் சிக்கி இறந்து போனான். அவனது மரணத்திலிருந்து மீள முடியாத டிசூகோ, ஆயிரம் காகிதக் கொக்குகளைச் செய்து அதே இடத்தில் பறக்க விட்டிருக்கிறார். தன் மகன் அந்தக் காகிதக் கொக்குகள் பறக்கும் ஓசையை அரூபமாக இருந்து கேட்டுக்கொண்டுதானிருப்பான் என்று கண்ணீர்மல்கச் சொல்கிறார்.

இன்றைக்கும் குழந்தைகள் வாங்கிப் படிக்க வேண்டிய முக்கிய புத்தகமாக Sadako and the Thousand Paper Cranes இருக்கிறது. காகிதக் கொக்குகள் நம்மிடையே இன்னமும் அறிமுகமாகவில்லை. நிஜமான கொக்குகளே கூட நகரை விட்டு வெகுதொலைவில்தான் பறக்கின்றன. வாழ்க்கையை நேசிக்க எதையாவது ஒன்றைப் பற்றிக்கொள்ள வேண்டியிருக்கிறது. அது ஒரு காகிதக் கொக்காக இருப்பதுகூட போதும்தானே...!

விடில்லாத புத்தகங்கள்

வர்ஜீனியா வுல்பின் Street Haunting: A London Adventure என்ற கட்டுரையை வாசித்தேன். 1930 வருடம் குளிர்காலத்தின் ஒரு மாலையில் வர்ஜீனியா வுல்ப் (Virginia Woolf) ஒரு பென்சில் வாங்க வேண்டும் என்று லண்டன் முழுவதும் அலைந்து திரிந்த நிகழ்வை எழுதியிருக்கிறார்.

பென்சில் என்பது வெறும் காரணம் மட்டுமே. குளிர்காலத்தில் ஒளிரும் லண்டன் வீதிகளைச் சுற்றிப்பார்க்க வேண்டும் என்ற ஆசை இப்படி உருவெடுத்திருக்கிறது. ஏதாவது ஒரு அற்பக் காரணம் போதும் ஊர் சுற்றுவதற்கு. வர்ஜீனியா நடந்து திரிவதன் வழியே கண்ணில்பட்ட லண்டனின் ஒவ்வொரு தெருவையும் பற்றி அற்புதமாக எழுதியிருக்கிறார்.

வர்ஜீனியா வுல்ப் ஒரு அற்புதமான எழுத்தாளர். கல்லூரி நாட்களில் அவரது Mrs. Dalloway என்ற நாவலைப் படித்திருக்கிறேன். அதிலிருந்து அவளைத் தேடித் தேடி வாசித்தேன். மனதின் எண்ணவோட்டங்களைப் புற நிகழ்வுகளோடு இணையாக எழுதக்கூடிய அற்புதமான எழுத்துமுறை அவளுடையது. நனவோடை உத்தி என்று பல்கலைக்கழக விமர்சகர்கள் பெயர் சூட்டி அவளைப் பத்து மார்க் கேள்வியாக்கிவிட்டிருக்கிறார்கள்.

கல்லூரியில் பாடமாக வைக்கப்பட்ட எந்த இலக்கியப் புத்தகமும் வாசிக்கப்படாமலே போகிறது. அதன் மேல் காரண மில்லாத வெறுப்பு வந்துவிடுகிறது. ஒரே விதிவிலக்கு ஷேக்ஸ்பியர் மட்டும்தான் போலும். ஷேக்ஸ்பியரை

எஸ்.ராமகிருஷ்ணன் ✦ 101

வாசிக்கின்றவன் அவர் பின்னாடியே போகத் துவங்கிவிடுகிறான். மெக்பெத் வழியாக ஷேக்ஸ்பியரை வாசிக்க ஆரம்பித்து அவரது 24 நாடகங்களை வாசித்து முடித்தேன். பாதி புரியவில்லை.

ஒவ்வொரு நாடகத்தையும் பலமுறை வாசிக்கவும் ஆழ்ந்து புரிந்து கொள்ளவும் வேண்டியிருந்தது. ஷேக்ஸ்பியரை வாசிப்பதற்கு இங்கிலாந்தின் சரித்திரத்தை அறிந்து கொள்வது மிக முக்கியமானது. அவை வெறும் நாடகங்கள் மட்டுமில்லை. மாற்றுக் குரல்கள். எதிர்ப்பு வடிவம். ஷேக்ஸ்பியர் ஒரு மந்திரவாதி. சொற்களை ஒரு முயலாகவோ, தேவதையாகவோ, சூனியக்காரியாகவோ உருவாக்க முடிந்தவர்.

ஷேக்ஸ்பியர் வரலாற்றைப் புத்துருவாக்கம் செய்கிறார். லண்டனின் அரண்மனை நாடகங்களுக்குள் சூனியக்காரிகளை அறிமுகபடுத்திய பெருமை இவருக்கே உண்டு. இங்கிலாத்தின் அரசிகள்தான் அந்த மூன்று சூன்யக்காரிகளோ என்னவோ?

லண்டன் வீதிகளைப் பற்றி எவ்வளவு எழுத்தாளர்கள் எழுதியிருக்கிறார்கள். வேறு எந்த நகரமும் இவ்வளவு எழுதப்பட்டிருக்குமா என்று தெரியவில்லை. டிக்கன்ஸ் காட்டும் லண்டன் நகரின் காட்சிகள் இருண்மையானது. அதன் உள்ளே உறக்கமற்ற மனிதர்கள், திருடர்கள், வேசைகள், குழந்தைத் தொழிலாளிகள் அலைந்து திரிகிறார்கள். டேனியல் டீபோ காட்டும் லண்டன் வேறு விதமானது. லண்டனின் பருவகால மாற்றம் இலக்கியத்தில் மிக நுட்பமாகப் பதிவு செய்யப் பட்டிருக்கிறது.

மகாத்மா காந்தி லண்டனில் தங்கி சட்டம் படித்திருக்கிறார். அவர் மனதில் லண்டனின் இயற்கை காட்சிகள் பதிவாகவேயில்லை. அவர் லண்டன் பற்றி அதிகம் எழுதவில்லை. எழுதியதெல்லாம் அவர் எங்கேயிருந்து படித்தார், என்ன கற்று கொண்டார் என்பதே. தேம்ஸ் நதியோ, இயற்கை அழகுகளோ, லண்டனின் இரவு வாழ்க் கையோ அவர் கண்ணில் படவேயில்லை. அவர் காந்தியாகவே வாழ்ந்திருக்கிறார் என்பது சரிதான். சொற்களில் வெளிப்படும் லண்டன் நிஜமான நகரத்தை விடவும் அற்புதமானது. லண்டனின் இருண்ட வீதியில் ஓடும் சுண்டெலி கூட எழுதப்பட்டிருக்கிறது. பாக்கியமான நகரமது.

வுல்ப் நமது ஊர் அக்காக்களைப் போலவே இருக்கிறாள். வர்ஜீனியா வுல்பின் அம்மா இந்தியாவில் பிறந்த

வெள்ளைக்காரப் பெண். அதனால்தானோ என்னவோ அவளோடு கூடுதல் நெருக்கம் உருவாகிறது.

வுல்ப் தன் எழுத்தில் எப்போதுமே மனதை உற்று நோக்கியபடியே இருக்கிறாள். காரணமில்லாத துக்கம் அவளை வாட்டி எடுக்கிறது. அவள் நேசிக்கப்பட வேண்டும் என்று ஆசை கொள்கிறாள்.

அப்பா லெஸ்லி ஸ்டீபன் பெரிய சரித்திரப் பேராசிரியர். மற்றும் மலையேற்றத்தில் ஆர்வம் கொண்டவர். அவர்கள் வீட்டிற்கு அன்றைய முக்கிய எழுத்தாளர்களான ஹென்றி ஜேம்ஸ் துவங்கி பலரும் வந்து போயிருக்கிறார்கள். எழுத்தாளர்களோடு பார்த்துப் பழகி பேச எழுத்தை விரும்பியவள் வுல்ப். அவளது பதின்பருவத்தில் அம்மா இறந்து போனாள். சகோதரி எதிர்பாராமல் மரணமடைந்தாள். இரண்டு சோகமும் அவளை மனச்சிதைவிற்கு உள்ளாக்கியது. தீவிர சிகிச்சைகள் பெற்றிருக்கிறாள் வுல்ப்.

வுல்பின் கணவர் லியோனார்டு அற்புதமானவர். நரம்புத் தளர்ச்சியும் மனச்சிதைவும் கொண்ட மனைவியை மிக அக்கறையோடு கவனித்துக்கொண்டிருந்திருக்கிறார். அவரும் ஒரு எழுத்தாளர். அரசியல் சிந்தனையாளர். ஹோகார்த் என்ற பதிப்பகத்தை உருவாக்கி நடத்திவந்திருக்கிறார். இலங்கையில் சில காலம் வசித்த லியோனார்டு Village in the Jungle எனும் கதை தொகுப்பை வெளியிட்டிருக்கிறார். அவை அற்புதமான சிறுகதைகள்.

வுல்ப் தீவிரமான மனப்பிரச்சினைகளின் காரணமாகத் தற்கொலை செய்து கொண்டாள். அதுவும் கல்லைக் கட்டிக்கொண்டு ஆற்றில் விழுந்து செத்திருக்கிறாள். அதுகூட நம் ஊர் பெண்களின் மனநிலையைப் போலத்தானிருக்கிறது.

வுல்ப்பை எப்போதுமே எனக்கு மூத்த அக்காவாகவே நினைக்கிறேன். ஏனோ அப்படியான நெருக்கம் அவளை வாசிக்கும்போது தோன்றுகிறது.

பனி பொழியும் இரவு வெளிச்சம். குளிராடை அணிந்த மனிதர்கள். கண்களால் நிரப்பிக்கொள்ள முடியாதபடி காட்சிகள் ததும்புகின்றன. அழகைத் தேடித்தேடி கண்கள் அவசரமாகத் தின்கின்றன. ஒரு வண்ணத்துப்பூச்சி பூக்களின் தேனை மட்டும் உறிஞ்சி எடுத்துவிடுவதைப் போல கண்கள் கடைகளின், வீதிகளின் அழகைத் தனித்துக் குடிக்கின்றன..

வுல்ப் தன் மனம் போனபடி நடக்கிறாள். ஒரு நகரில் எத்தனை வீதிகள், எவ்வளவு கதவு ஜன்னல்கள், காற்றில் நடப்பது போல மனிதர்கள் கடந்து போகிறார்கள், வணிக வீதிகள் ஒன்றோடு ஒன்று சேர்ந்தும் விலகியும் கொண்டிருக்கும் உறவும், அதில் உலவும் மனிதர்களும், வணிகத்தை நம்பி வாழும் மனிதர்களின் விசித்திர மனப்போக்கும் அவளை வியப்படைய வைக்கின்றன.

தன்னைக் கடந்து செல்லும் ஒவ்வொரு மனிதனும் ஒரு கதையைக் கொண்டிருப்பதை உணரும் தருணமது. மனிதர்கள் எதை எதையோ தேடி அலைகிறார்கள். காத்திருக்கிறார்கள். அவர்களை மனதின் ஆசைகள் இயக்கிக் கொண்டேயிருக்கின்றன. எந்த நகரிலும் இரண்டு வீதிகள் ஒன்று போல இருப்பதில்லை. ஒரு வீதியின் கடைகள் அந்த வீதியின் தொன்மையை நினைவுபடுத்திக்கொண்டே இருக்கின்றன.

காட்சிகளின் நிறங்களே அவளை முதலில் வசீகரிக்கின்றன. இறைச்சிக் கடை துவங்கி சாலையோரத் தேநீர்க்கடை வரை காணப்படும் நிறங்களைத் துல்லியமாக எழுதுகிறார். குளிர்கால இரவின் தனித்துவம் அவளது எழுத்தின் ஊடாக நுட்பமாகப் பதிவாகிறது.

கடைப்பணியாளர்கள் தங்கள் இருப்பிடத்திலிருந்தே வெளிஉலகைக் காண்கிறார்கள். அவர்கள் கூண்டிலிருந்து உலகைக் காண்பதைப் போலவே இருக்கிறது. வணிகம் மனித உணர்ச்சிகளை மதிப்பதேயில்லை. அதை இயக்குவது பணம் மட்டுமே. அதன் வருகைக்காக மனிதர்கள் காத்திருக்கிறார்கள். அதை அடைவதற்காக எந்த இழிவையும் ஏற்றுக்கொள்கிறார்கள். வணிக வீதிகளின் பின்னால் எப்போதுமே மனித துயரமும் அவமானமும் கண்ணில் படாமல் ஒளிந்து கொண்டுதானிருக்கிறது.

கண்ணில்படும் பொருட்களை எல்லாம் மனிதர்கள் மனதில் அணிந்து பார்க்கிறார்கள். சந்தோஷம் கொள்கிறார்கள். சாலை வாகனங்கள் மெதுவாகச் செல்கின்றன. காட்சிகள் கரை ததும்புகின்றன.

லண்டன் நகரின் காட்சிகள் ஒரே நேரத்தில் இரண்டு காலத்தில் தோன்றுகின்றன. ஒன்று, கடந்து செல்லும் இந்த நிமிடம், மற்றது, நூற்றாண்டு பழமையான அதன் நினைவுகள். சில வணிக நிறுவனங்களைக் காணும்போது அதன் உள்ளே

என்றோ இறந்து போய்விட்ட அதன் உரிமையாளர்கள் இன்றும் ஆவிகளைப் போல அலைந்து திரிவதைக் காண முடியும். ஆசைகளைத் தூண்டுவிடும் காட்சிகள், இயக்கம், வீதியில் நடக்க நடக்க வீடும், நமது இருப்பும் முக்கியமற்ற தாகிவிடுகிறது.

துணிக்கடையில் வேலை செய்யும் பெண்கள் மலிவான புன்னகையோடு கடந்து செல்பவர்களைப் பார்த்தபடியிருக்கிறார்கள். இரண்டு பருத்த உயரமான பெண்கள் கடந்து போவதைக் காண்கிறார் வுல்ப். அவர்களின் நடையும் பாவனையும் கேலியாக இருக்கின்றன.

புத்தகக் கடைகள் திறந்து வைக்கப்பட்டிருக்கின்றன. உலகின் எந்த வீதியில் புத்தகக் கடையைக் கண்டாலும் உடனே உள்ளே சென்று பார்த்து விட வேண்டும் என்ற ஆசை உருவாகிறது. காலணிகள் விற்கும் ஒரு கடையில் விற்பனை பெண் விதவிதமான காலணிகளைச் சலிப்பில்லாமல் எடுத்துக் காட்டிக்கொண்டிருக்கிறாள். விதவிதமாக சாலையோரம் விற்கப்படும் பொருள்கள். பழமையான கடைகள். விசித்திரமான அதன் பெயர்கள். அந்தக் கடையின் பெயர்ப்பலகையில் உள்ள பிரபுக்கள் இறந்து போய் பல வருடத்தின் பிறகும் ஆவிகளைப் போல அதே வீதியில் அலைந்து கொண்டிருக்கிறார்கள்.

வுல்ப் பழைய புத்தகக் கடை ஒன்றைப் பார்க்கிறாள். பழைய புததகங்களுக்கு அவள் இடும் பெயர் எனக்குப் பிடித்திருக்கிறது. அவை வீடில்லாத புத்தகங்கள் என்கிறாள். ஒவ்வொரு புத்தகமும் அதற்கான மனிதனைத் தேடிப் பிடித்து ஏதாவது ஒரு வீட்டிற்குள் புகுந்து கொண்டுவிடுகிறது. இப்படி சில புத்தகங்கள் வீடில்லாமல் வீதியில் கிடக்கின்றன. கைவிடப்பட்ட இந்தப் புத்தகங்கள் சாலையோரம் செல்பவர்களின் கருணையை எதிர்நோக்கிக் காத்திருக்கின்றன என்கிறாள்.

முடிவில் பென்சில் கடையைத் தேடி ஒரு பென்சிலை வாங்கி விடுகிறாள். எளிய நிகழ்வு இது. ஆனால் அதன்பின்னே ஒரு பெண்ணின் அகசுதந்திரமும் வீட்டிலிருந்து வெளியேறி தன்னிச்சையாகச் சுற்றிவரும் ஆசையும் உலகின் களிப்பைக் கொண்டாடும் மனதும் அற்புதமாக வெளிப்படுகிறது.

பென்சிலை வாங்கத் தேடுவதாகச் சொல்லிக்கொண்டு வீதிவீதியாகக் குளிர்காலத்தில் சுற்றிவருவது அற்புதமான அனுபவம் என்கிறாள். கட்டுரை முழுவதும் வுல்பின் குரல் கடகட வென காட்சிகளையும் நினைவுகளையும் பின்னிப்

பின்னி சொல்லிக் கொண்டே போகிறது. நாமே கூட நடப்பது போலிருக்கிறது. எவ்வளவு விவரணைகள், எவ்வளவு கவித்துவம், எவ்வளவு அவதானிப்புகள். உன்னதமான எழுத்து இது.

நானும் இப்படி அற்பகாரணங்களைச் சொல்லிக்கொண்டு எங்கெங்கோ அலைந்திருக்கிறேன். மனது சுற்றித் திரிய விரும்பினால் காரணங்கள் நாம் கற்பித்துக்கொள்வதுதானே.

நாவல்களே உலகை ஆள்கின்றன

இன்றைய தேதியில் உலகில் அதிகம் வாசிக்கப்படுவது எது, கவிதையா, நாவலா, கட்டுரைகளா, சுயமுன்னேற்ற நூல்களா என்ற விவாதம் முடிவேயில்லாமல் நடந்து கொண்டேதானிருக்கிறது. புள்ளிவிபரங்களைப் பார்க்கையில் நாவலாசிரியர்களே அதிகம் வாசிக்கவும் கொண்டாடவும் படுகிறார்கள் என்பதே நிஜம்.

ஹாரிபோட்டர் 450 மில்லியன் விற்பனையாகியிருக்கிறது. டாவின்சி கோடு 80 மில்லியன் பிரதிகள் விற்பனை செய்யப்பட்டிருக்கின்றன. ஜப்பானிய நாவலாசிரியரான ஹருகி முராகமியின் நாவல் 13, மில்லியன் விற்பனையாகியிருக்கிறது. இந்த வரிசையில் நூறு மில்லிய னுக்கும் மேல் விற்பனையானது என்று இருபதிற்கும் மேற்பட்ட நாவல்கள் உள்ளன. சார்லஸ் டிக்கன்ஸின் நாவல்கள் 200 மில்லியனுக்கு மேல் விற்கப்படுகின்ற பட்டியலில் எப்போதுமிருக்கின்றது.

இன்று ஒரு நாவல் உலக அளவில் புகழ்பெற்றுவிட்டால் அந்த எழுத்தாளர் அடையும் குறைந்தபட்சப் பணம் பத்துக் கோடி. திரைப்படஉரிமை, பிறமொழி உரிமை என்று எளிதாக அவர் ஐநூறு கோடி வரை சம்பாதித்துவிட முடியும். அதைவிட நாவலை எழுதுவதற்கு முன்பாகவே அதை யார் வெளியிடுவது என்று பதிப்பகங்கள் ஏலம் விடுகின்றன. எவர் அதிக பணத்திற்கு ஏலம் எடுக்கிறார்களோ அவர்களுக்கே நாவலை வெளியிடும் உரிமையை எழுத்தாளர் தருகிறார்.

ஆனால் தமிழ்நாட்டின் சூழல் இதற்கு நேர் எதிரான ஒன்று. இங்கே அதிகம் விற்பனையான நாவல் என்றால் அது ஐந்தாயிரம் விற்பனையாகியிருக்கும். தமிழின் பெஸ்ட் செல்லர்

பொன்னியின் செல்வன்கூட இதுவரை மொத்தமாக பத்துலட்சம் பிரதி விற்றிருக்குமா என்பது சந்தேகமே.

ஒவ்வொரு பத்து வருடத்திலும் உலக இலக்கியத்தின் கவனம் ஏதாவது ஒரு தேசத்தின் மீது குவிகிறது. அப்படித்தான் லத்தீன் அமெரிக்க இலக்கியங்கள் புகழ்பெற்றன. ஆப்பிரிக்க நாவல்கள் கொண்டாடப்பட்டன. அந்த வரிசையில் இன்று உலகின் கவனம் ஆசியாவின் மீது குவிந்துள்ளது. அதிலும் குறிப்பாக இந்தியா மற்றும் சீன இலக்கியங்களே உலக இலக்கியப் பரப்பில் அதிகம் பேசப்படுகின்றன.

புக்கர், புலிட்சர் உள்ளிட்ட பல முக்கிய இலக்கியப் பரிசுகளை இந்தியர்கள் வென்று வருவது இதன் அடையாளமே. குறிப்பாக சித்தார்த்த முகர்ஜி எழுதிய 'தி எம்பரர் ஆஃப் ஆல் மாலடீஸ்: எ பயாகிரஃபி ஆஃப் கேன்சர்' (The Emperor ofAll Maladies: A Biography of Cancer) என்ற புற்றுநோய் பற்றிய ஆய்வு நூலுக்கு புலிட்சர் விருது கொடுக்கப்பட்டுள்ளது. புற்றுநோய் குறித்து மிகவும் உணர்ச்சி பூர்வமாகவும் நுண்மையாகவும் எழுதப்பட்ட புத்தகமது. காமென்வெல்த் இலக்கியப் பரிசை வென்றுள்ள ரானா தாஸ் குப்தாவின் சோலோ (Rana Dasgupta, Solo) நாவல் சமகால நாவல்களில் அதிகம் பேசப்பட்ட ஒன்று. யதார்த்தமும் மாயமும் ஒன்று கலந்து எழுதப்பட்ட இந்த நாவலின் கதை சொல்லும் முறை வசீகரமானது. கதைக்களன்களில் ஒன்றாக டெல்லி உள்ளது. ரானா தாஸ்குப்தா பிரிட்டனில் வசிக்கும் இந்தியர். இது அவரது இரண்டாவது நாவல். இப்படி நீண்டுகொண்டே போகிறது இந்தியர்களின் எழுத்திற்கான அங்கீகாரம். ஆனால் இவை ஆங்கிலத்தில் எழுதப்பட்ட இந்திய எழுத்திற்கே கிடைக்கின்றன. பிராந்திய மொழிகளில் எழுதுபவர்கள் இவர்களைவிட தரமானதாக எழுதினாலும் உலக அளவில் அங்கீகாரம் கிடைக்காமலே தானிருக்கிறார்கள்.

சர்வதேச அளவில் ஒரு நாளைக்கு 8,34,326 கவிதைகள் எழுதப்படுகின்றன என்று இணையத்தில் ஒரு புள்ளிவிபரக் குறிப்பைப் படித்தேன். இது ஒரு குறைந்தபட்ச கணக்கு என்று குறிப்பிடப் பட்டிருந்தது. எப்படி இந்தக் கணக்கை எடுத்தார்கள் என்று தெரியவில்லை. ஆனால் நிச்சயம் அதை விட அதிகமாகவே கவிதைகள் எழுதப்படுகின்றன என்பதே என் எண்ணம்.

தமிழில் மட்டும் பத்திரிகைகள், இணையம், கவியரங்கம், வாழ்த்து மடல் என்று எடுத்துக்கொண்டால் நிச்சயம் ஒருநாளில்

ஆயிரம் கவிதைகளாவது எழுதப்படுகின்றன. இதுபோல உலகெங்கும் ஐம்பக்கும் மேற்பட்ட மொழிகளில் அன்றாடம் கவிதைகள் எழுதிக் குவிக்கப்படுகின்றன. ஆகவே இந்தக் கணக்கு குறைவான ஒன்று தான். இதில் ஒரு நல்ல கவிதையை, கவிஞரை அடையாளம் காண்பது என்பது வைக்கோல்போரில் விழுந்த ஊசியைத் தேடுவதை போன்றதே.

நம் காலத்தின் முக்கியமான பிரச்சினை, எழுத்தாளர்கள் உள்ள அளவிற்கு வாசகர்கள் இல்லை என்பதே. எல்லா நாடுகளிலும் புதிது புதிதாக நிறைய எழுத்தாளர்கள் உருவாகிவிட்டார்கள். ஆனால் வாசகர்களின் எண்ணிக்கையோ அந்த அளவிற்கு அதிகமாகவில்லை.

வாசகர்களில் கதை, கவிதை, கட்டுரை என எதையும் எழுதாதவர் என்று ஒரு சதவீதம் இருப்பார்களா என்று சந்தேகமாகவே இருக்கிறது. ஆகவே அறியப்பட்ட எழுத்தாளர்கள், அறியப்படாத எழுத்தாளர்கள் என்ற இரண்டு வகைதான் இன்று இருக்கிறார்கள். இதில் வாசகர்கள் அதிகம் அறியப்படாத எழுத்தாளர்கள் வகையைச் சேர்ந்தவர்கள் என்று வேண்டுமானால் குறிப்பிடலாம்.

இருபது வருடத்தின் முன்பு ஐநூறு பக்க புத்தகத்தைப் படிக்க மனதிருந்தது. ஆனால் புத்தகம் வாங்குவதற்கு பணமில்லை. இன்று ஐநூறு ரூபாய் பணம் எளிதாக இருக்கிறது. ஆனால் ஐநூறு பக்க புத்தகம் படிப்பவர்கள் வெகுவாகக் குறைந்து போய்விட்டார்கள். ஆகவே போன தலைமுறையினரைப் போல இன்று இலக்கியவாதிகளை ஆதர்சிக்கும். கொண்டாடும் வாசகர்கள் குறைந்து போய்விட்டார்கள் என்பதே என் எண்ணம்.

சமகால உலக கவிதையுலகில் கவிதையை ஒரு போர்வாளாக மாற்றியவர் என்று புகழாரம் சூட்டப்படுபவர் மஹ்முத் தர்வீஸ். இவர் ஒரு பாலஸ்தீனக் கவிஞர். அரசியல் நடவடிக்கைகளுக்காக இஸ்ரேலிய ராணுவத்தால் பலமுறை கைது செய்யப்பட்டார். நிலத்தையும் மொழியையும் மீட்டெடுக்கப் போராடும் ஒரு அகதி நான் என்று தன்னை அடையாளப்படுத்திக் கொள்கிறார் தர்வீஸ், ஆகவே தான் எங்கே சென்றாலும் தனது நிலத்தையும் மக்களின் நினைவுகளையும் அவர்களின் மொழியையும் சுமந்துகொண்டே செல்கிறேன் என்கிறார். தமிழில் மஹ்முத் தர்வீஸ் கவிதைகள் தொகுப்பு உயிர்மை பதிப்பக வெளியீடாக வந்துள்ளது.

சிறுகதையில் இன்று சர்வதேச அளவில் முக்கிய கவனம் பெற்றிருப்பவர் ஹருகி முராகமி. ஜப்பானிய எழுத்தாளரான இவரது சிறுகதைகள் பெருநகரங்களின் அபத்தமான வாழ்க்கையைப் பகடி செய்யக் கூடியவை. முராகமியின் கதைகளை காப்கா கதைகளின் தொடர்ச்சி என்றே சொல்லத் தோன்றுகிறது. விசித்திரமான நிகழ்வுகளும் மாயமும் யதார்த்தமான விவரிப்பும் கொண்டவை இவரது கதைகள். இவரது The Elephant Vanishes சிறுகதை தொகுப்பு முப்பது லட்சம் பிரதிகள் விற்றிருக்கின்றன என்கிறார்கள். முராகமி ஒரு மாரத்தான் ஓட்டப்பந்தய வீரரும் கூட. தனது ஓட்டப்பந்தய அனுபவங்களை What I Talk About When I Talk About Running நூலில் சிறப்பாக எழுதியிருக்கிறார்.

சமீபத்தில் நியூயார்க்கர் இதழில் வெளியான இவரது பூனைகளின் நகரம்' சிறுகதை மிகுந்த பாராட்டுதல்களுக்கு உள்ளாகியிருக்கிறது. உலக அரங்கில் மூன்று பேர் முக்கியமான நாவலாசிரியர்களாகக் கொண்டாடப்படுகிறார்கள். ஒருவர் ஓரான் பாமுக், நோபல் பரிசு பெற்றுள்ள துருக்கியைச் சேர்ந்த எழுத்தாளர். இவரது My Name is Red என்ற நாவல் என் பெயர் சிவப்பு எனத் தமிழில் வெளியாகி உள்ளது. நுண்ணோவிய மரபைக் களமாகக் கொண்டு எழுதப்பட்ட இந்த நாவல் ஆயிரத்தோரு அராபிய இரவுகளைப் போன்ற கதை சொல்லும் முறையைக் கொண்டது.

மற்றவர் கார்லோஸ் ருயுஸ் ஜெபான். இவரது The Shadow of the Wind நாவல் 2001ம் ஆண்டு வெளியானது. மறக்கப்பட்ட புத்தகங்களுக் கென ஒரு கல்லறைத் தோட்டம் இருக்கிறது. என்றும், அங்கே அனைவராலும் கைவிடப்பட்ட புத்தகங்கள் தங்களை எவராவது நேசிக்கமாட்டார்களான என காத்திருப்பதாகவும், அப்படியான ஒரு கல்லறை நூலகத்திற்குப் போய் புத்தகம் ஒன்றைத் தேர்வு செய்கின்றவன் அந்தப் புத்தகத்திற்கு விசுவாசமான ஆளாக இருக்க வேண்டும் என்ற நிபந்தனை உள்ளதாகவும் கதை நீண்டு செல்கிறது. புறக்கணிக்கப் பட்ட புத்தகங்களின் குரலாக ஒலிக்கும் இந்த நாவல், உலகைப் புத்தகங்களே மேம்படுத்துகின்றன என்பதைச் சுட்டிக் காட்டுகிறது.

மூன்றாவது நாவலாசிரியர் கனடாவைச் சேர்ந்த யான் மார்டில். இவரது Life of Pi நாவல் பாண்டிச்சேரியைப் பின்புலமாகக் கொண்டு எழுதப்பட்டது. விலங்குகளை

ஏற்றிக்கொண்டு போகும் ஒரு கப்பலில் நடைபெறும் சம்பவங்களே கதையின் பிரதான களம். இவரது சமீபத்திய நாவலான Beatrice and Virgil தொன்மத்தையும் சமகாலத்தையும் ஒன்றிணைத்து உருவாக்கபட்ட பகடிவகை எழுத்து. இந்த மூவருமே இன்று அதிகம் பேசப்படும் நாவலாசிரியர்களாகும்.

சர்வதேச இலக்கிய அரங்கில் எடுவர்டோ கலியானோவின் (Eduardo Galeano) கட்டுரைகளுக்கு முக்கியமான இடமிருக்கிறது. இவர் வரலாற்றையும், இலக்கியத்தையும் லத்தீன்—அமெரிக்க அரசியலையும் பற்றி அதிகம் எழுதியவர். இந்தியாவைப் பற்றி அதிகம் எழுதியிருப்பவர் என்பது கூடுதல் செய்தி.

இவரைப்போலவே வில்லியம் டேல்ரிம்பிள் William Dalrymple வரலாற்றையும் பயணத்தையும் பற்றிக் கட்டுரை நூல்களை எழுதும் தனித்துவமான எழுத்தாளர். கடைசி மொகலாய அரசரான பகதூர் ஷா பற்றிய The Last Mughal, The Fall of a Dynasty, Delhi 1857 நூல் விரிவான ஆய்வின் அடிப்படையில் எழுதப்பட்ட ஒன்று. தஞ்சைப் பெரிய கோவில் வரலாறு உள்ளிட்ட பல முக்கிய கட்டுரைகளை எழுதிய இவர் சில காலம் டெல்லியில் வசித்தவர்.

சமீபத்தில் என்னை உலுக்கிய புத்தகம் அருண் ஷோரி எழுதிய Does He Know A Mothers Heart, அரசியல்வாதி, பத்திரிகையாளர், முன்னாள் மத்திய அமைச்சர் என்று பன்முகம் கொண்டுள்ள அருண்ஷோரியின் இந்தப் புத்தகம் அவரது மனவளர்ச்சி குன்றிய மகனைப் பற்றியது. அவனது பிறப்பில் துவங்கி இன்றுவரை அவனுக்காக அருண்ஷோரியும் அவரது குடும்பமும் எவ்வளவு வலிகளைத் தாங்கிக் கொண்டார்கள். அந்த சிறுவனை எப்படிப் பாசமாக வளர்த்து வருகிறார்கள் என்பதைப் பற்றி மிகவும் உணர்ச்சிபூர்வமாக எழுதியிருக்கிறார்.

மனவளர்ச்சி குன்றிய குழந்தை தனக்கான தனிவுலகில் வாழ்கிறது. அதன் மீது பரிவு கொள்ளவும். பாசம் காட்டவும் பெற்றவர்கள் எவ்வளவு பாடுபட வேண்டியிருக்கிறது. சமூகம் அந்தப் பெற்றோர்களை எந்த அளவு பரிகாசம் செய்கிறது என்பதைக் கண்ணீர் வர எழுதியிருக்கிறார். உண்மை சுடும் என்பார்கள். அதற்கு இதுவே ஒரு சிறந்த உதாரணம்.

பீட்டர் புரூக் மகாபாரதம்

பீட்டர் புரூக் (Peter Brook) ஒன்பது மணிநேர நாடகமாகத் தயாரித்த மகாபாரதம் நான்கு மணி நேரங்களுக்கு ஓடும் திரைப்படமாகவும் வந்திருக்கிறது. நம் மனதில் மரபாகப் பதிந்து போய்விட்ட கிருஷ்ணன், பீஷ்மர், கர்ணன், பாண்டவர்களைப் பற்றிய சித்திரங்களை முழுமையாக மாற்றியமைக்கிறது இந்தப் படம். இதை முழுமையான மகாபாரதம் என்று சொல்லமுடியாது, மாறாக, மகாபாரதக் கதையைப் பீட்டர் புரூக் எப்படிப் புரிந்து வைத்திருக்கிறார் என்பதன் வெளிப்பாடாகவே எடுத்துக்கொள்ள முடிகிறது. இதற்கான திரைக்கதையை எழுதியவர் உலகப் புகழ்பெற்ற திரைக்கதையாசிரியர் ஜீன் கிளாடே கேரியர். மகாபாரதம் குறித்த அவரது நேர்காணலின் சிறிய பகுதி.

*

கேள்வி: இந்தியாவின் புனித நூலாகக் கருதப்படும் மகா பாரதத்தை ஒரு வெளிநாட்டவராகப் புரிந்து கொள்வதில் உங்களுக்கும் பீட்டர் புரூக்கிற்கும் என்னவிதமான சிரமங்கள், தடைகள் இருந்தன. எப்படி இந்திய ஆன்மாவை உணர்ந்தீர்கள்?

நாங்கள் இந்தியாவிற்கு வந்த நோக்கமே மகாபாரதத்தைக் காண வேண்டும், அதை முழுமையாகப் புரிந்துகொள்ள வேண்டும் என்பது தான். ஆகவே நாங்கள் இந்தியாவில் மகாபாரதம் எப்படி உள் வாங்கப்பட்டிருக்கிறது, எப்படி நிகழ்த்தப்படுகிறது என்பதை முதலில் அறிந்துகொள்ள விரும்பினோம். இதற்காகப் பல்வேறு ஊர்களில் உள்ள

நாடகக் கலைஞர்களைத் தேடிச் சென்று அவர்களுடன் உரையாடினோம்.

இந்தத் தேடுதலில் ஒரு உண்மை புரிந்தது. மகாபாரதம் என்பது வெறும் புத்தகம் அல்ல. அது இந்திய மக்களின் தினசரி வாழ்வின் ஒரு பகுதி என்று. பல்வேறு சந்தர்ப்பங்களில் மக்கள் மகாபாரதத்தையே உதாரணமாகச் சொல்கிறார்கள். பேசிக் கொள்கிறார்கள்.

ஆகவே நாங்கள் மக்களைத் தேடிச்செல்வது, அதுவும் உண்மையான கிராமப்புற இந்திய மக்களைத் தேடிச் சென்று பார்ப்பது என்று முடிவு செய்தோம். உண்மையில் அங்கிருந்துதான் மகாபாரதம் தொடர்பான எங்கள் புரிதல் துவங்கியது.

மகாபாரதத்தின் எந்த அம்சங்களை நாடகம் மற்றும் திரைக்கதை ஆக்கத்தில் பிரதானமாக எடுத்துக்கொண்டீர்கள், எதை விலக்கினீர்கள்?

நாங்கள் மகாபாரதத்தைக் கையில் எடுத்தபோதே அதை இந்தியா வில் மரபாக நிகழ்த்துவது போல நாடகமாக்கப் போவதில்லை என்று முடிவு செய்துகொண்டோம். அதை பிரெஞ்சு மக்களுக்கானதாக மாற்றி நாடகமாக்க முயற்சித்தோம்.

பிரெஞ்சு மக்கள் எந்த அளவு இந்திய இதிகாசத்தைப் புரிந்து வைத்திருப்பார்கள் என்பதில் பல சிக்கலகள் உருவானது. குறிப்பாகக் கிளைக்கதைகள் மற்றும் குறியீட்டுப் பாத்திரங்களை எப்படி அணுகுவது என்ற சிக்கல் அது. பிரெஞ்சு நடிகர்களையும் தொழில்முறை சார்ந்த நாடக நடிகர்களையும் நாங்கள் பயன்படுத்த முயன்றதால் இந்திய மனது மகாபாரதக் கதா பாத்திரங்களைக் கற்பனை செய்வதிலிருந்து முற்றிலும் நாங்கள் மாறுபடத் துவங்கினோம். ஒருவகையில் நாங்கள் பிரெஞ்சில் மகாபாரத்தை மறுபடியும் எழுதினோம் என்றே சொல்லவேண்டும்.

மகாபாரதம் குறித்த தேடுதலில் என்ன கண்டு கொண்டீர்கள்?

இந்தியாவின் ஒரு பகுதியான வங்காளத்திற்கும் இன்னொரு பகுதியான தமிழகத்திற்கும் முற்றிலும் வேறுபட்ட உடை, உணவு, கலாச்சார, பழக்கவழக்கங்கள் என எவ்வளவோ வேறுபாடுகள் உள்ளன. ஆனால் அந்த இரண்டு இடங்களிலும் மகாபாரதம் மக்களின் மனதில் அழியாத நினைவாக உள்ளது. அது

ஜாந்திபி

அமெரிக்க மேடைநாடகமான Maxwell Anderson's Barefoot in Athens-ஐ வாசித்துக் கொண்டிருந்தேன். அதில் சாக்ரடீஸின் மனைவி ஜாந்திபி (Xanthippe) அவரைப் புரிந்துகொண்ட சரியான வாழ்க்கைத் துணையாகச் சித்தரிக்கப்படுகிறாள். சாக்ரடீஸின் வாழ்க்கையைப் பற்றிய இந்த நாடகம் தொலைக்காட்சிக்கான படமாகவும் உருவாக்கப்பட்டிருக்கிறது.

கிறிஸ்து பிறப்பதற்கு 469 ஆண்டுகளுக்கு முன்னால் கிரீஸ் நாட்டில் ஏதென்ஸ் நகரத்தில் பிறந்தவர் சாக்ரடீஸ். கல்தச்சரின் மகன், போர் வீரனாக இருந்திருக்கிறார். தன் தத்துவங்களையும், சிந்தனைகளையும் சாக்ரடீஸ் தானே எழுதவில்லை. பிளாட்டோவின் மூலமே சாக்ரடீசின் வரலாறு உலகத்திற்குத் தெரிய வந்தது.

ஒரு நாள் தனது பேச்சைக் கேட்காத சாக்ரடீஸின் தலையில் கோபத்தில் ஒரு வாளித்தண்ணீரைத் தூக்கி ஊற்றினாள். ஜாந்திபி, முன்பு இடி இடித்தது, தற்போது மழை பெய்கிறது என்று சாக்ரடீஸ் அதைப்பற்றிச் சொன்னதாக ஒரு கட்டுக்கதை நெடுங்காலமாகவே இருந்துவருகிறது. எதற்காக அந்தச் சண்டை வந்தது என்று எந்த வரலாற்றுப் புத்தகத்திலும் குறிப்புகளில்லை.

இப்படி பலநூறு வருடமாகவே ஜாந்திபியைப் பற்றி நிறைய தவறான தகவல்கள், அவதூறுகள் உலவுகின்றன. அவை நிஜம் என்று மெய்ப்பிக்க ஒரு சாட்சியுமில்லை. அந்த வம்புக் கதைகளின் வழியே உலகின் மோசமான மனைவிகளின் பட்டியலில் ஜாந்திபி எப்போதுமிருக்கிறாள்.

சாக்ரடீஸ் போன்ற மேதையைப் புரிந்துகொள்ளாமல் அவரைத் திட்டியும் அடித்தும் ஆவேசமாகச் சண்டையிட்டும் கொடுமைப்படுத்திய மனைவி என்றே அவளைப்பற்றிய சித்திரம் உருவாக்கப்பட்டிருக்கிறது. டால்ஸ்டாயின் மனைவியைப் பற்றியும் இதே குற்றச்சாட்டுகள் இருக்கின்றன. லிங்கனின் மனைவி மேரிடாட் மீதும் இதே புகார்கள் உருவாகி முடிவில் அவள் மனநலக் காப்பகத்திற்கு அனுப்பப்பட்டார்.

பேரடைஸ் லாஸ்ட் என்று இழந்த சுவர்க்கம் காவியம் படைத்த மில்டன், தனது 35வது வயதில் மேரி பாவல் என்ற அரசக் குடும்பத்துப் பெண்ணைத் திருமணம் செய்து கொண்டார். ஆனால் மனைவியின் கடுமையான நடத்தையால் அவமானம் அடைந்து துயருற்றார். மில்டன் தனது இறப்புவரை தான் இழந்த சுவர்க்கத்தை மீண்டும் பெறவே இல்லை என்கிறார்கள் இலக்கிய விமர்சகர்கள்.

இப்படி மோசமான மனைவிகள் பற்றியும் கொடுமைக்காரக் கணவனைப்பற்றியும் நிறைய மேற்கோள்கள் இருக்கின்றன. அவை முழுஉண்மையும் இல்லை முழுப்பொய்யுமில்லை. மாறாக, உறவின் கசப்பிற்கு என்ன காரணம், எப்படி உருவாகிறது என்பதையே நாம் ஆராய வேண்டியிருக்கிறது.

ஆனால் உண்மையில் ஜாந்திபி கொடுமைக்காரிதானா, ஏன் அவள் மேல் இவ்வளவு குற்றச்சாட்டுகள், கேலி கிண்டல்கள் என்று யோசனையாக இருந்தது. ஜாந்தியியைப் பற்றி தேடி வாசிக்கத் துவங்கினேன்.

புகழ்பெற்ற ஓவியர்கள் மற்றும் கலைஞர்களின் மனைவிகள் என்று இரண்டு தொகுதிகள் ஆங்கிலத்தில் வெளியாகி உள்ளது. அதில் ஜாந்திபியைப் பற்றி இதே செய்திகளே இடம்பெற்றுள்ளன.

பிளேட்டோவின் நூல்களில் சாக்ரடீஸின் மனைவி என்று குறிப்பிடப்படுகின்றதேயன்றி அவளைப்பற்றி மேலதிகமாக எந்தத் தகவலும் இல்லை. ஒரு இடத்தில் சாக்ரடீஸ் திருமணம் செய்து கொள்வது பற்றி தன்னிடம் யோசனை கேட்கவருபவனுக்குச் சொல்லும் போது முரட்டுக்குதிரையை அடக்கி ஆள்வது சிலருக்குப் பிடித்த மானது. அது போன்றதுதான் திமிரான பெண்ணைத் திருமணம் செய்துகொள்வது என்று சொல்கிறார். அது அவரது வாழ்வனுப வத்திலிருந்து உருவானது என்று சீடர்கள் குறிப்பிடுகிறார்கள்.

சாக்ரடீஸைத் திருமணம் செய்துகொண்டார் என்ற மாறுபட்ட கருத்துமிருக்கிறது. குடியும், கூத்தும், பெண்களுடன் பாலியல் தொடர்புகளிலும் இருந்த கிரீஸ் நாட்டு ஆண்களைப் போலவே சாக்ரடீஸ் நடந்துகொண்டார் என்பதால்தான் அவர்களுக்குள் சண்டை என்றும் ஒரு தரப்பு வாதிடுகிறது.

ஜாந்திபி சாக்ரடீஸோடு வாழ்ந்து மூன்று குழந்தைகளைப் பெற்றிருக்கிறாள். மூத்தவன் லம்பிரசெல்ஸ், இரண்டாமவன் சோபர்னிக்ஸ், மூன்றாவது மென்ஜினஸ். மரணதண்டனை விதிக்கப்பட்ட சாக்ரடீஸைப் பார்க்க சிறைக்கு வரும்போது மூன்றாவது கைக்குழந்தையோடு ஜாந்திபி வந்திருந்தாள் என்று குறிப்பிடப்படுகிறது. சாக்ரடீஸ் சாகும் போது அவருக்கு 71 வயது.

வரலாற்று நெடுகிலும் யார் ஜாந்திபியைக் கொடுமைக்காரியாக மாற்றியது. பிளேட்டோவின் குறிப்புகளில் அவள் இயல்பான, அடக்கமான மனைவியாக இருக்கிறாள். ஜெனோபனும் அப்படியே சித்தரிக்கிறார். புளூடார்க்கின் குறிப்புதான் முதன்முதலாக அவளைப் பற்றிய கடுமையான சித்திரத்தை உருவாக்குகிறது. புளூடார்க் ஓரினச்சேர்க்கையை வெளிப்படையாக ஆதரித்தவர். பிளேட்டோவைப் போலவே கட்டற்ற பாலுறவு தேவை என்று கூறுபவர். முன்கோபி. எதனால் அவர் ஜாந்திபியை வெறுக்க ஆரம்பித்தார் என்பதற்குக் கற்பனையாக நிறைய காரணங்கள் இருக்கின்றன.

ஆனால் சாக்ரடீஸ் போல உலகமே தனது வீடு என்று இருக்கின்ற ஒருவரை மணந்துகொண்டு மூன்று குழந்தைகளின் தாயாகிய பிறகும் எந்த சமூக அந்தஸ்தும் இன்றி அடிப்படை வசதிகளுக்கே அல்லாடும் நிலையில் ஜாந்திபி அவதிப்பட்டதால் நிச்சயம் அவள் சண்டையிடும் மனநிலைக்கே தள்ளப்பட்டிருப்பாள்.

மரண தண்டனை விதிக்கப்பட்டு சிறைப்பட்ட சாக்ரடீஸை கடைசி முறையாகப் பார்க்கச் சென்ற ஜாந்திபியோடு பேச மறுத்து, அவளை வெளியே அனுப்பிவிட்டு நண்பர்களோடு தத்துவ விசாரம் செய்கிறார் சாக்ரடீஸ், அது ஜாந்திபியை அதிகம் கோபம் கொள்ளச் செய்கிறது. அவளது பிள்ளைகளே அவளைக் குற்றம் சொல்கிறார்கள். புறக்கணிப்புதான் அவள் மனதை மாற்றியிருக்கிறதோ எனத் தோன்றுகிறது.

ஷேக்ஸ்பியரின் சகோதரி என்று வர்ஜினியா வுல்ப் ஒரு கட்டுரை எழுதியிருக்கிறாள். இதில் ஷேக்ஸ்பியர் காலத்தில் அவரது சகோதரி எழுதத் துவங்கியிருந்தால் அவளை அன்றைய சமூகம் அங்கீகரித்திருக் காது. பெண்கள் தங்களை வெளிப்படுத்திக் கொள்ள போராடிக் கொண்டேயிருக்க வேண்டியிருக்கிறது. இதுதான் வரலாற்று உண்மை என்கிறார்.

ஒருமுறை சென்னைத் தொலைக்காட்சி நிகழ்ச்சி ஒன்றில் பாரதி தாசனின் மனைவி நேர்காணல் நிகழ்ச்சியைக் கண்டேன். முதிய வயதிலிருந்தவரிடம் உங்களுக்கு மகாகவி பாரதியைத் தெரியுமா என்று நேர்காணல் செய்பவர் கேட்கிறார். அதற்கு பாரதிதாசனின் மனைவி, "யாருக்குத் தெரியும். கவிஞர் எப்பவும் திடீர்னு பத்துப் பேரை அழைச்சிட்டு வந்து சாப்பாடு போடச் சொல்வார். உடனே சமைச்சு ஆகணும். வீட்ல நிறைய பேர் வந்து சாப்பிட்டுப் போயிருக் காங்க வந்தவங்களை நல்லா உபசரிக்கணும்கிறதில ரொம்ப அக்கறையா இருப்பார். எங்களாலே சமையல் வேலை செய்ய முடியாது. ரொம்பக் கஷ்டம். அதனாலே தனியா யாரையும் ஞாபகமில்லை" என்றார்.

அதே குரல்தான் பாரதியின் மனைவியிடமும் எதிரொலிக்கிறது.

இன்று மகாகவியின் மனைவியாகப் போற்றப்படும் நான் அன்று பைத்தியக்காரன் மனைவியென்று பலராலும் ஏசப்பட்டேன். காதல் ராணியாக மனைவியைப் போற்றும் கவிஞன் அவளுக்குச் சாதமும் போடவேண்டும் என்ற நினைவேயின்றிக் காலம் கழித்தானேயானால், என்ன செய்யமுடியும்?

கவிஞன் விசித்திரமான தன்மை நிறைந்தவன்; அவனுக்கு எதுவும் பெரிதில்லை. ஆனால் கவலை நிறைந்த வாழ்நாளைக் கழிக்க வேண்டும் என்று எந்தப் பெண்தான் நினைக்க முடியும்? சிறு வயதில் ஆசாபாசங்களும் அபிலாஷைகளும் ஒவ்வொரு பெண்ணின் மனத்திலும் நிறைந்திருப்பது இயற்கைதானே? சுகமாக வாழுவதற்கு சொர்க்கலோகம் சென்றால்தான் முடியும் என்ற நிலை கவிஞன் மனைவிக்கு ஏற்பட்டு விடுகிறது.

சாக்ரடீஸோ, பாரதியோ அல்லது டால்ஸ்டாயோ தனக்கான ஒரு அகவுலகில் வாழ்ந்தவர்கள். தன்னைச் சுற்றி தாங்களாகவே ஒரு தனிமையை ஏற்படுத்திக் கொண்டவர்கள். சராசரி மனிதர்களின் ஆசைகளும் கனவுகளும் அவர்களுக்குக்

எனது அப்பா
ஐசக் அசிமோவ்

(விஞ்ஞானப் புனைகதைகள் மற்றும் கட்டுரைகள் எழுதுவதில் உலகப் பிரசித்தி பெற்ற அமெரிக்க எழுத்தாளரான ஐசக் அசிமோவ் தனது சொந்த தேசமான ருஷ்யாவை விட்டு அமெரிக்காவில் குடியேறியவர். 500க்கும் மேற்பட்ட புத்தகங்களை எழுதியுள்ள இவர் அமெரிக்கப் பல்கலைக்கழகத்தில் பேராசிரியராகப் பணியாற்றிய வர். விஞ்ஞானத்தின் புதிய சாத்தியங்கள் பற்றியும் விண்வெளி மனிதர்கள் மற்றும் ரோபோ பற்றிய இவரது கதைகள் புனைவிற்குப் புதிய தளத்தினை உருவாக்கியவை. இவர் தனது வாழ்வில் தான் எழுதாத கதாபாத்திரங்கள் பற்றிய கட்டுரை ஒன்றில் தனது அப்பா வைப் பற்றிய குறிப்பை எழுதியிருக்கிறார். அக்குறிப்பின் தமிழாக்கம் இது)

1923 *ஜனவரி, எனது அப்பாவின் வாழ்வில் ஒரு திருப்புமுனையான நாள். அதுவரை அவர் பெற்றிருந்த அத்தனை செல்வங்களையும் இழந்தவராகத் தனது தேசத்திலிருந்து வெளியேறினார்.*

எனது அப்பா யூதா அசிமோவ் ருஷ்யாவில் உள்ள பெட்ரோவிச்சில் பிறந்தவர். இது மாஸ்கோவில் இருந்து தென் கிழக்காக 250 கி.மீ. தொலைவில் இருந்தது. அவர் ஒரு யூதர். உலகமெங்கும் யூத எதிர்ப்பும் யூத துவேசமும் பிறந்த உச்சநிலையான காலமது. ருஷ்யாவில் யூதர்களுக்கு எதிராகப் பெரிய வன்முறை எதுவும் நடைபெறவில்லை என்றபோதிலும் கசப்புணர்வு வலுப்பெற்றுக் கொண்டுதானிருந்தது. அப்பா மற்றவர்களோடு இணக்கமான வாழ்வை மேற்கொண்டிருந்தார். ஆனாலும் யூதர்களுக்கான வரையறுக்கப்பட்ட வாழ்வு

எல்லைக்குள் தான் அவரும் இயங்க வேண்டியிருந்தது. அப்பா வசதியானவர். எனது தாத்தாவிற்குச் சொந்தமாக ஒரு மில் இருந்தது. இதனால் வசதியான வாழ்க்கை அமைந்திருந்தது. எனது அப்பா ஐரோப்பியமுறை கல்வி பெறவில்லை. மரபான யூத முறைப்படியான கல்வி கற்றவராக ஹிப்ரு பள்ளியில் படித்தார். அங்கே வேதாகமமும் மதத்துவங்களும் போதிக்கப்பட்டன. அவர் ஹீப்ரு, யீட்டிஷ் மற்றும் ருஷ்ய மொழிகளில் விற்பன்னராக இருந்தார். அத்தோடு ருஷ்ய இலக்கியங்களையும் கற்று, புத்தகங்கள் படிப்பதில் விருப்பம் கொண்டிருந்தார். அத்தோடு தனது தொழிலுக்கான கணிதத்திலும் தேர்ச்சி பெற்றார்.

முதல் உலகப்போரும் ருஷ்யப் புரட்சியும் அதன்பிறகு நடைபெற்ற உள்நாட்டுச் சண்டைகளும் பெட்ரோவிச் நகரைப் பெரிதாக பாதிக்கவில்லை. அது ஒரு தனித்தீவு போல ஒதுங்கியிருந்தது. எனது அப்பா நகரில் ஒரு நூலகம் அமைத்து, அங்கு ருஷ்யக் கதைகளை வாசித்துக்காட்டுவதும் யீட்டிஷ் மற்றும் ருஷ்ய நாடகங்களில் நடிப்பதும், ஒரு கூட்டுறவு நிறுவனம் துவங்கி உணவுப் பொருட்கள் மக்களுக்கு சீராகக் கிடைக்க உதவி செய்வதுமாக இருந்தார். இவையாவும் எவ்விதமான சிரமும் இன்றி 1922 வரை நடைபெற்றது. அப்படியே ஒருவேளை எனது அப்பா நிம்மதியாக வாழ்ந்திருக்கவும் கூடும். ஆனால் எதிர்பாராத சம்பவமொன்று நடைபெற்றது. அமெரிக்காவில் இருந்த எனது தாய்மாமா ஜோ ருஷ்யாவில் நடைபெற்றுவரும் அரசியல் மாற்றங்கள் மற்றும் உலக யுத்தம் இவற்றுக்குள் தனது சகோதரியின் குடும்பம் எப்படியிருக்கிறது என்பதைத் தெரிந்துகொள்வதற்காகக் கடிதம் எழுதினார். இந்தக் கடிதம் வந்ததும் எனது அம்மா உடனே பதில் எழுதினார். அதற்கு ஜோ மாமா, தனது சகோதரி குடும்பத்தோடு அமெரிக்கா வந்து விடுவதாக இருந்தால் பயண ஏற்பாடுகளையும் அனுமதியையும் தான் வாங்கித் தருவதாகச் சொல்லிக் கடிதம் எழுதினார். அமெரிக்காவிற்குப் போவதா வேண்டாமா என முடிவு செய்ய குடும்ப ஆலோசனை நடைபெற்றது. இந்த ஊரிலே பிறந்து வசதியாக வாழ்ந்து நிம்மதியாக இருப்பதை விட்டுப் போகக் கூடாது என ஒரு தீர்மானமும் இல்லை. யூதர்களுக்கு நெருக்கடி அதிகமாகிவிடும். அமெரிக்கா போய்விடலாம் என ஒரு தீர்மானமும் வந்தது. போவதாக இருந்தாலும் அதற்கு சோவியத் அரசு அனுமதி வேண்டும். அரசு இதை நன்றி கெட்ட செயலாக நினைத்து அனுமதிக்காது என்ற வாதங்கள்

நான் எழுதத் துவங்கிய காலத்தில் ஒரு டைப்ரைட்டர் தேவைப் பட்டது. அதை வாங்கித் தர அவரால் முடியவில்லை. நானே கதை எழுதி வாங்கிக் கொள்வதாக முடிவு செய்தேன். ஆனால் அவர் எப்படியோ சிரமப்பட்டு வாங்கித் தந்தார். சில வருடங்களில் புத்தகங்களுக்கு மேல் புத்தகமாக நான் எழுதி வருவதைக்கண்ட அவர் ஒருநாள் என்னிடம் கேட்டார்.

ஐசக், இத்தனை புத்தகங்களை எழுத எங்கிருந்து கற்றுக் கொண்டாய்?

'உங்களிடமிருந்துதான் அப்பா' என்றேன்.

அவருக்கு எதுவும் புரியவில்லை.

என்னிடமிருந்தா, நீ சொல்வது எதுவும் எனக்குப் புரியவில்லை' என்றார்.

'அப்பா, நீங்கள் கற்றுக்கொள்வதன் மகத்துவத்தை எனக்குப் புரிய வைத்தீர்கள். இது தவிர மற்றவை எல்லாம் சின்ன விபரங்கள் தானே' என்றேன்.

தூங்கும் கதை தேவதைகளும் நிலப்பரப்பின் தனிமொழியும்

வானத்திலிருந்து விலாப்புறங்களில் சிறகுகள் கொண்ட வயோதிகன் திடீரெனப் பூமியில் விழுந்து விடுவதாக மார்க்வெஸ்லின் சிறுகதை துவங்குகிறது. தமிழ்ச்சூழலில் மார்க்வெஸ் பற்றிய அறிமுகமும் அற்புத—எதார்த்தவாதம் பற்றிய விவாதங்களும் திடீரென வீழ்ந்த விநோத மனிதன் போன்ற தன்மையைக் கொண்டேயிருக்கின்றன. உலகமெங்கும் எதார்த்தவாதம் ஒற்றைத் தன்மையை இழந்து வருவதையும் நடுத்தர வர்க்கக் கதைவாசகர் கடுமையான வாசிப்பு நெருக்கடிக்கு உள்ளாகி வருவதையும் அறியலாம். தமிழில் நூற்றாண்டுகளுக்கும் மேலாக அறியாத ஒன்றிலிருந்து அறிந்த ஒன்றைச் சொல்லும் மரபு, கவிதைகளில் தொடர்ந்துவந்த போதும் சிறுகதை எனும் புதிய புனைவும் உரைநடையும் அறிந்தவற்றில் இருந்து இடம் நோக்கிப் பயணிக்கும் முயற்சிகளுக்கு மட்டும் இடம் அளித்து வந்துள்ளது ஆச்சரியம்.

நிலப்பரப்பு சார்ந்த கவிதைகள் எழுதும் மரபுள்ள தமிழில் கவிதையின் பாடுபொருள் மட்டுமே பரிச்சயமான காதல், வீரம் போன்ற ஒன்றாகவும் அதன் பின்புலம் அறியாத புலமாகவோ அறிந்ததின் பரிச்சய எல்லைகளைத் தாண்டிய புலமாகவோ விவரிக்கப்படுகிறது. கவிதையானது ‘கள்வர் கடக்க அஞ்சும் கொடிய பாலை’ என மணற் பிரதேசத்தை விவரிக்கத் துவங்கி பின் காதல் பிரிவினைப் பாடுகின்றது. இத்தகைய மரபு இருந்து வந்தபோதும் கதை எழுதியவர்கள் மேற்கில் கதை பற்றிய

இலக்கண வரையறை சார்ந்து இயங்கத் தொடங்கியதே தமிழில் நடந்துள்ளது.

நிலப்பரப்புகளையோ வாய்வழிக் கதைமரபுகளையோ சாராமல் நடுத்தர வர்க்கக் கதை வாசகர்களை முன்வைத்து நடுத்தர வர்க்க எழுத்தாளர்களால் புனைவு கொள்ளப்பட்டதே பெரும்பான்மை தமிழ்ச் சிறுகதைகள். காரணமாகவே எதார்த்த வாதம் என்ற கோட்பாடு பெரிதாக முன்வைக்கப்பட்டது. அதுவும் கண்ணாடி போல வாழ்க்கையைப் பிரதிபலிக்க வேண்டும் என்ற கோட்பாடுகளில் மாட்டிக்கொண்ட ஆசிரியன் வெறுமனாக முன் நடந்த சுய அனுபவம் சார்ந்த சம்பவங்களைத் தட்டையான எதார்த்தங்களுக்கும் தாண்டிய ஆழங்களுக்கும் பணிந்து எழுதியபோதும் ஒற்றை நேர்கோட்டுத் தன்மையை மீறவேயில்லை. 'ஆள் அற்ற வீட்டில் உள்ள கண்ணாடி வருபவர்களை உளவு பார்க்கிறது.' கண்ணாடிகள் தங்களைப் பற்றிய அதீத கற்பனை கொண்டவை என போர்ஹெவின் கதை ஒன்றில் பொருள் வருவதாகிய அறிந்த அறியாத தளத்துக்கு எடுத்துச் செல்லும் முனைப்பு கதைகளில் காணக் கிடைக்கவில்லை.

புனைகதை என்பது அரூப சிறகுகள் கொண்ட தேவதை போலத்தான் உலகின் பல பிராந்தியங்களிலும் அறியப்பட்டது. காரணமாகவே வாய்வழி மரபுசார் கதைகளில் சிறகுகள் விரிந்து பயணிக்கின்றன. அறிந்திராத நிலப்பரப்பு பற்றியோ இதுவரை ஞாபகங்களைப் புதைத்து வைத்திருந்த முன்னோர்களின் பூமி தன் தனிமொழியால் உரையாடுவதையோ மனிதனே அற்புத நிகழ்வுக்குக் கர்த்தாவாகி விடுவதையும் முன் உள்ள பதுமைகள் கதைகளும் தேவதைக் கதைகளும் கூறுகின்றன. இங்கே அற்புதம் அன்றாட வாழ்வின் நிகழ்வு போல் இருப்பதைக் காண முடிகின்றது. இதுவரை சொல்லப்பட்ட கதைகளுக்கும் எழுதப்பட்ட கதைகளுக்கும் உள்ள இடைவெளி வெகுவாகப் பிளந்து கிடப்பதை அறிய முடிகிறது.

இரண்டாயிரம் ஆண்டு பின்னணி கொண்ட கிரேக்கக் கதைகளில் வரும் மிருகங்களோடு உறவு கொண்ட மனிதர்களும் தாவரக் கடவுள்களும் எதார்த்த வாதத்தின் பெட்டிக்குள் பதுங்க மறுத்து சுற்றித் திரிந்தவர்களே. இன்றும் அங்கு நிகழ்த்தப்படும் துன்பியல் நாடகங்களின் சிறகுகள் ஏற்ற மனிதர்களின் அன்றாட அவலங்களும் மிதந்து கொண்டிருக்கும் கறுப்பு தேவதைகளின்

வீழ்ச்சியும் இணைந்து நிகழ்வு கொள்வதைப் பார்வையாளர்கள் இயல்பாகவும் ஏற்றுக் கொள்ளவும் முடிகிறது.

நடுத்தர வர்க்க கதைவாசகனுக்கு மட்டுமே பரிச்சயமான கதைகள் அறுபதுகளுக்குப் பின் மேற்கில் உருமாறிக் கொள்ளத் துவங்கின. சம்பவங்களின் தொடர்ச்சியே கதை என்ற நம்பிக்கையின் விருட்சம் வளர்ந்த தலைகளுடன் உலவிக்கொண்டிருந்த தமிழ் வாசகர்கள், எழுத்தாளர்கள் இந்த மாற்றத்தைப் பார்க்கக் கண்கூசிப் புறம் திரும்பிக்கொண்டார்கள். அன்றியும் சம்பவங்களை காலவெளித் தன்மைகளோடு இணைத்தோ பிரித்தோ பார்க்க தேவைப்படும் சக்தியும் தீவிர முனைப்பும் இல்லாத தமிழ்க்கதை ஆசிரியர்கள் பழக்கப்பட்ட தடங்களில் வீடு திரும்பும்கோயில் காளைகளின் காலடியோசை போல ஒரே பாதையில் பயணப்பட்டபடியே சப்தம் எழுப்பிவந்தார்கள்.

புனைவுலகம் என்பதே தமிழ் வாசகன் அறியாத உலகமாகிப் போனது. பாட்டிக் கதைகளில் உலவிக்கொண்டிருந்த, பெயர்களில் முக்கியத்துவம் இல்லாத நகரங்கள், கிராமங்கள் மனிதர்களின் ஜாடைகள் இன்றும் சேகரமாகித்தான் உள்ளன. நம்பிக்கைகளாகத் தொடர்கின்றன. நிலப்பரப்பின் கதை வெறுமனான சம்பவ நகலெடுப்பு அல்ல. பதிலாகச் சுற்றி மிதந்து கொண்டிருக்கும் சிறு கிரகங்கள் போல அறியப்பட்டது. ‘ஆமை புகுந்துவிட்டால் வீடு அழிந்துவிடும்’ என்ற நம்பிக்கையின் பின்னணியில் சொல்லப்படாத கதைகளின் தொகுப்பு ஏடுகள் வெளிப்படுகின்றன. திடீரென வீட்டில் நூறு ஆமைகள் புகுந்து விடுவதாகவும், அன்றாட உலகின் திசை மாற்றம் கொள்வதையும் எழுத முடியும். இதில் வீழ்ச்சி பற்றிய விவரங்கள் எதார்த்தம். பின்புலம் ஆமைகள் பற்றிய அதீத விவரிப்பாகத் தோற்றம் கொண்டபோதும் புதைந்துபோன நினைவு அடுக்கைத் திறந்து கதையாடலைத் துவங்க முடியும். உலவும் சடங்கும் நம்பிக்கைகளும் குறியீடுகளும் ஞாபகஏட்டில் வரையப்பட்ட சித்திரங்கள். உயிர் கொடுப்பதே நவீன எழுத்தின் பிரக்ஞை.

தொடர முடியாமல் விடுபட்டுப்போன வாய்வழி மரபுசார் கதைகள் இன்னொரு நிலப்பரப்பில் லாவகமாக கையாளப்படுவதையும் அங்கே உலவி வரும் அரசியல் சமூக மாற்றங்களோடு இணைந்து புத்துருவாக்கம் அடைவதையும் காணும்போது புதிய ஈர்ப்பில் கதையாடலை நோக்கிய பயணம் நிகழ்கிறது.

ஐரோப்பிய சாஸ்திரீயக் கதையாடல் மரபுக்குள் அடைபட மறுத்து ஆப்ரிக்க— லத்தீன்—அமெரிக்க நாடுகளில் எழுதப்பட்ட கதைகள் பெரிதும் பிராந்தியக் குணங்கள் கொண்டதாகவும் வாய்வழி மரபும் எழுத்துசார் மரபும் ஒன்றிணைந்த கதைகளாகவும் இருந்ததால் நவீன சிறுகதை முயற்சியில் தனித்து அறியப்பட்டன. உலகப்போரின் அவலங்களாலும் தத்துவ வறட்சியின் வெறுமையாலும் உருவான நவீனக் கதைகள் கதைகளற்ற கதைசொல்லும் போக்கை நவீனத்துவமாக அறிமுகப்படுத்தியபோதும் பெரும்பாலும் ஒற்றை நிகழ்வின் நீண்ட விவரிப்பாகவும் அலுப்பூட்டும் நெடிய வெறுமை கொண்டதாகவுமே எழுதப்பட்டன. இதற்கிடையில் முழுவதும் பச்சை குத்தப்பட்ட நாடோடியின் உடல் போலப் புதிதாக வெளிப்படுத்திக் கொண்ட மூன்றாம் உலகக் கதைகள் நவீனத்துவத்தின் ஜாடைகளை மட்டுமே கொண்ட பிராந்தியக் கதையாடலை முன்வைத்தன. மீண்டும் தாவரங்களுடன் மனிதர்கள் உறவு கொண்டனர். மூதாதையர் ஆவிகள் உலவும் பாதைகள் திறந்துவிடப்பட்டன. எண்ணற்ற பழம் தேவதைகளின் மூடிய கலசங்கள் திறந்து இன்றைய பஸ்களில் நிரம்பி வழியும் நகரச் சதுக்கங்களில் மாட்டிக் கொண்டன. மிருகங்களின் தொல்உடல்கள் உயிர்ப்புப் பெற்று, அசையாத கற்பனையை இடம் பெயர்த்தன. கதை வாசகனை நினைவின் சுழலுக்குள் இழுத்துச் செல்வதால் சாத்தியங்களின் புதிர்ப்பாதைகள் விரிவடையக் காண்கிறான். மனிதர்கள் மட்டுமே உலவி வந்த கதைகளின் நடுவே இவர்களின் நடமாட்டத்தைக் காலத்தின் மூன்று நிலைகளிலும் அறிந்த பறவைகளும் எண்ணற்ற சிறு உயிர்களும் உலவத் தொடங்கின. மனிதன் பறவையாக மாறும் தொல்கதை பறவை மனிதனாக முயல்வதாகிறது. உடல்கள் புதைந்து கிடக்கும் நிலப்பரப்பு தனக்குத் தானே சொல்லிக் கொள்ளும் கதைமுறை திரும்பவும் வந்தது. கர்ப்பத்தில் உள்ள குழந்தை வெளிஉலகின் சப்தங்களையும் பேச்சுக் குரல்களையும் வாசனையையும் அறிவது நடந்தேறியது. அற்புத எதார்த்தக் கதைகள் என பாகுபாடு கொண்டபோதும் இவை வரையறைக்குள் அடங்குவதில்லை. அற்புதம் நிகழ்வாகவும் சமயங்களில் புறச்சூழலாகவும் இயங்குகிறது. அன்றாட வாழ்வின் முகமே அற்புதம் கொள்ளும் சமூகத்தில் கதைகள் தோன்றுவதல்ல ஆச்சரியம், தோன்றாமல் இருப்பதே.

துருப்பிடித்த வேட்டைத் துப்பாக்கியும் உறையற்ற குறுவாட்களும் காவல் கம்புகளும் பழங்கால முகமூடிகளும்

தானியக்குலுக்கைகளும் தலைமுறையாக உறவில் ஈடுபடும் தாம்பத்தியக் கட்டில்களும் முன்னோரின் ஜாடை பிசகாத இன்றைய மனித முகமும் மரக் குதிரைகளும் சூதாட்டப் பலகைகளும் விட்டு அகலாதபோது பிரதிபலிப்புக் கதைகளையோ தத்துவ வறட்சி வேதாந்தக் கதைகளையோ அறிந்தவற்றின் Blow-up கதைகளையோ மட்டும் சார்ந்து இயங்குவதில்லை. வம்சாவழியின் சரித்திரத்தைத் திரும்ப எழுதுவதும் புதையுண்டு போன உடல்களின் கதைகளைத் திரும்ப உயிர்ப்பிப்பதும் புறச்சூழலின் அலுப்பூட்டும் வெளிறிய நிறங்களின் மீது வண்ணங்களின் கலவையைப் பரவ விடுவதும் என்றும் அறியாத புதிர்ப்பாதை கொண்ட மன அமைப்புள்ள மனிதனின் உலகினுள் பிரவேசிப்பதும் முதன்மையாகும். கதைகள் வழியாக சாத்தியங்களின் விளையாட்டைத் துவங்குவதோடு அறியப்படாத கதையாடலை முன்வைக்க முடியும். உறங்கும் கதை தேவதைகளுடன் நிலப்பரப்பின் தனிமை வாசத்துடன் உரையாடலை முன்வைக்கும் எழுத்தின் அறிமுகம் தேவையானதாகிறது. பரிச்சயமாகிற லத்தீன்—அமெரிக்கக் கதை உலகம் வாசகர்களை ஈர்ப்பதோடு கதையாசிரியர்களின் புதிய இசைக் கோர்வைகளாகப் புகுந்து நினைவின் இசைத்தட்டைத் தானே சுழலச் செய்கிறது.

கொலம்பிய மக்களின் பூர்வீகக் குறியீடுகள், நம்பிக்கைகள் சார்ந்து காலனிய நாடுகளுக்கே உரித்தான, அரசியல் அன்றாடமாகிப்போன இயல்பு வாழ்க்கையையும் கதைகள் பெரிதும் விவரிக்கின்றன. பாட்டியின் கதைகள் காஃப்காவின் கதைகள் போல இருப்பதாகச் சொன்ன மார்க்வெஸ் சிறுவயது முதலே வாய்வழி மரபுசார் கதைகளால் வளர்க்கப்பட்டார். இவரது நிஜவாழ்வும் பயணத்தின் மாறுபட்ட தொடர்கண்ணியாகவே வருகிறது. கடற்கொள்ளையர்களும் மூழ்கிப் போன மாலுமிகளும் சுறாமீனைப் போன்ற வயதான பெண்களும் உறங்கும் அழகிகளும் சிறுவர்களின் தலைக்கு மேலாக வட்டமிடும் கறுப்பு துர்தேவதைகளும் தங்கம் தேடி அலையும் மனிதர்களும் மரணத்தின் தழும்புகள் கொண்ட திருடர்களும் தலைகீழாகத் தொங்கும் வௌவாலாகிப் போன வயசாளிகளும் வந்த வாய்வழி மரபின் கதைகளை மேற்கில் பிரபலமாகப் பேசப்பட்ட கதாசிரியர்களின் அறிமுகத்துடனும் எழுத்துசார் கதைகளின் அடுக்கு முறையினின்று மாறுபட்டும் காலத்தின் இடைவெளிகளில் அலைவு கொள்ளும் சம்பவ

இணைப்பாக்கியும் எழுதுகிறார். கதையின் முதல் வாசகமே இப்படித் துவங்குகிறது.

“ஸெனட்டர் ஒனெஸிமோ ஸாஞ்செஸ் தம் வாழ்க்கையின் உன்னத மான பெண்ணைக் கண்டபொழுது அவர் இறப்பதற்கு இன்னமும் ஆறு மாதங்களும் பதினோரு நாட்களும் இருந்தன.”

காஃப்கா, ஃபாக்னர், ஹெமிங்வே இந்த மூவரின் எழுத்தோடும் பரிச்சயம் கொண்டவராகக் கூறிக்கொள்ளும் மார்க்வெஸ் இந்த வேர் வழியாகப் புனைவு உலகை உருவாக்குவது என்பதை அறிந்தார். காஃப்காவின் கதைகள் எந்த நிலப்பரப்பில், எந்தக் காலப் பின்னணியில் நடக்கின்றன என்பதை அறிய இயலாது. அறிந்த சாதாரண நிகழ்வை அறியாத கால, வெளிப்பரப்பில் வைத்து எழுதப்பட்டவை. காலையில் எழுந்த ஒருவன் பூச்சியாகிவிட்டதை உணர்வதும், எதிர்பாராத காலையில் கைது செய்யப்பட்ட ஒருவன் அலைவதும், எந்த இடம் என அறிய முடியாத கோட்டையில் காத்துக் கிடப்பதும் கதைகளை விடவும் ஈர்ப்பு கொண்ட புலங்களாக இருக்கின்றன. தனி உலகின் கற்பனை நிலப்பரப்பில் கதைகள் உலவுவதாக இதைத்தான் ஃபாக்னர் எழுதினார். இந்த எழுத்துறை சார்ந்தே புனைவு நிலப்பரப்புக்கு மக்காந்தோ எனப் பெயரிட்டார் மார்க்வெஸ். சாகசங்களைப் பின்தொடரும் ஹெமிங்வேயின் கதைகளைப் போலவே மார்க்வெஸ் லின் கதைகளும் சாகசக்காரர்களின் உலகை நோக்கியதாக அமைந்தன. பௌதீக வாதத்தால் பெரிதும் பீடிக்கப்பட்ட எதார்த்தவாதிகளுக்குக் கதைகளின் வழியே மார்க்வெஸ் கட்டமைத்த உலகம் எளிதில் வசமாகாமல் போனது. எதார்த்தவாதம் பிரதானமாகச் செயல்பட்ட தாகச் சொல்லப்பட்ட மேற்கத்திய கதை உலகம் இக்கதைகளுக்குப் பெயரிடுவதைத்தான் முதன்மையாகக் கொண்டதேயன்றி கதை உலகைப் பேசுவதை நிறுத்திக் கொண்டது.

அற்புத— எதார்த்தவாதம் என்ற எழுத்து முறையை இலக்கிய உத்தியாக மார்க்வெஸ் பயன்படுத்தவில்லை. இதைப் பிரதானமாகக் கையாண்ட அலெயோ கார்பென்டியர் கூட அற்புத—எதார்த்தவாதம் வெறும் இலக்கிய உத்தி என்பதில் உடன்பாடு அற்றவர். ஆனால் இந்த அற்புத எதார்த்தவாதம் ஸர்ரியலிசக் கூறுகளைக் கொண்டிருக்கின்றன என்பதை விளக்குகிறார். ஸர்ரியலிசம் இதுவரை பொருட்களுக்கு கனவுத் தன்மை, ஒருவித மயக்க நிலையை ஏற்படுத்துகிறது. உருவங்கள்

குண இயல்புகளின் வழியே நீட்சி கொண்டிருந்தன. மயக்க நிலையைத் தோற்றுவிப்பதன் மூலம் பொருளின் இருப்பைப் பற்றி தீவிரமான பிரக்ஞை நிலையை உருவாக்கிவிட முடியும் என நம்பினார்கள் ஸர்ரியலிஸவாதிகள். எழுத்தில் ஸர்ரியலிசப் பின்புலத்தை உருவாக்குவதன் மூலம் இயல்பு வாழ்வின் மயக்க நிலையை உக்கிரப்படுத்தவும் பௌதீக எதார்த்தத்தால் மனித மனங்களின் கனவு நிலையை செயலாக்க முயன்றனர்.

கழுதைத் தலை கொண்ட கதாபாத்திரம் கதையில் வருவது மொத்த உலகையே அடுத்த தளத்திற்கு நகர்த்தக்கூடிய குறியீட்டுத் தன்மை கொண்டதாகும். வெறுமனாக அதீதக் கற்பனாவாதம் எனப் பெயரிடுவது வறட்டு எதார்த்தவாதிகளின் இயலாமையை, கதை உலகில் பிரவேசிக்க இயலாத சுவாசத் திணறலை வெளிப்படுத்துகிறது. வழங்கும் புராணிகக் குறியீடுகள் அதீதக் கற்பனை மட்டுமல்ல என்பது இவர்களுக்குத் தெரியாது.

மார்க்வெஸ்ஸின் கதைகள் நிஜ உலகைப் பற்றியதாக அமைந்த போதும்கூட பின்புலத்தை விவரிப்பதன் வரியாக நிலக்காட்சிகளை முன்வைத்துக் கதையாடுவதால் புதுத்தோற்றம் கொண்டு விடுவதை அறியலாம். புகழ்பெற்ற கதையான செவ்வாய்க்கிழமை பகல்தூக்கம் சங்கக் கவிதையின் மரபைப் போல பயணத்தை பின் நிலக்காட்சிகள் வழியாக விவரிக்கிறது. மணற்பாங்கான பாறைகளால் ஆன அதிர்வுறும் சுரங்க வழியிலிருந்து ரயில் வண்டி வெளிவருவதாகத் துவங்கும் கதையில் மார்க்வெஸ் சிறுவயதில் பிரிந்துபோன பாட்டியின் ஊரைத் திரும்பவும் இருபது வயதில் ஞாபகம் கொள்ளும் முறையில் எழுதியிருக்கிறார். இறந்துபோன மகனின் கல்லறையைத் தேடிச் செல்லும் அம்மாவையும் மகளையும் பற்றியதாகத் துவங்கிய வெளிப்படாத மரணம் தன் முழுவீச்சையும் புறக்காட்சி வழியாகக் காட்டுகிறது. கல்லறைத் தோட்டத்துக்குக் கொண்டு செல்லும் மலர்கள் உலர்ந்து கொண்டே இருக்கின்றன. கூட்டு சூதாட்டக் கூடம் திறந்து கிடக்க நகரம் வெம்மையில் மிதந்து கொண்டிருக்கிறது. எங்கும் அரைத்தூக்கம் நிரம்பிய நண்பகலில் மதகுருவின் வீட்டை அடையும் அவர்கள் மகனும் சகோதரனும் ஆனவன் திருடன் என அறியும் துயரம் நண்பகல் முழுவதிலும் பரவி நிறைவதை உணரமுடியும்.

கதையில் வரும் திருடன் குத்துச்சண்டை வீரனாக இருக்கிறான். ஹெமிங்வே குத்துச்சண்டை வீரர். குத்துச்சண்டை

வீரர்களின் சாகசத்தின் பின் உள்ள உலகை எழுதியவர். இதுபோன்ற சிறு செய்தி விளம்பரங்களின் மூலம் வாசிப்பின் தொடர்ச்சியில் ஹெமிங்வேயின் உலகுக்கு அழைத்துச்சென்று விடுகிறார் மார்க்வெஸ். கதைகள் உள்ளே மேலும் பயணிக்க நேர்ந்தால் மக்காந்தோவாசிகளின் உலகில் இது நடப்பதை உணர முடியும்.

'ஒரு நூற்றாண்டுக்காலத் தனிமைவாசம்' நாவலில் இடம்பெறும் கர்னல் அவ்ரலியானோ புண்டியாவின் மனைவி விதவை ரெபெக்கா கதையில் பாத்திரமாக வருகிறாள். துருப்பிடித்த துப்பாக்கியால் இருபத்தி எட்டு வருடத் தனிமை பயத்தின் உந்துதலால் திருடனைச் சுடுகிறாள். வெளியே மழை பெய்துகொண்டிருக்கிறது. துப்பாக்கிச் சத்தம் கூட மழையில் கரைந்துவிடுகிறது. மக்காந்தோவாசிகளின் நிரந்தர நிகழ்வான மழையும் வெயிலும் அடுத்தடுத்து நிரம்பிய நாட்கள் இங்கும் பதிவாகியுள்ளன.

நாவலின் முதல் வரியில் நீண்ட வருடங்களின் பின்பு துப்பாக்கிக்காரர்களின் கூட்டத்தின் முன்பு கர்னல் அவ்ரலியானோ புண்டியா நிற்கும்போது தாம் முதன்முதலில் பனிக்கட்டியைக் கண்டுபிடிக்க அப்பாவுடன் புறப்பட்ட ஞாபகம் வருவதாகத் துவங்க, அந்த புண்டியா இறந்துபோய் இருபத்தெட்டு வருடங்கள் கழித்து விதவை மனைவி அதே துருப்பிடித்த துப்பாக்கியால் திருடனை வீழ்த்துவது ஞாபகத்தின் நிலப்பரப்பில் வெவ்வேறு கண்ணிகளை ஒன்றிணைத்து வரைபடத்தை உருவாக்குகிறது. கதை ஞாபகப்படுத்தும் இன்னொரு கதை காம்யுவின் அந்நியன். அம்மாவின் மரணத்துக்காகப் புறப்பட்டு வரும் மகன் அல்ஜீரியாவின் வெம்மையால் நிரம்பி வழியும் நகரத்தையும் எங்கும் சூழல் இறுகிப் போய் மரணத்தின் வாடையையும் உணர்கிறான். மரணம் தகவல் என்ற அளவிலேயே அவனை வந்தடைகிறது. முதியோர் காப்பகத்தில் உள்ள உடலின் முன்பு காவல் இருப்பதும்கூட அபத்தமான நிகழ்வாகி விடுகிறது. வெளியே உலகம் அவனை அழைக்கிறது.

தகவல் அளவிலேதான் மார்க்வெஸ் கதையிலும் மகனின் மரணம் வந்து சேர்கிறது. துர்மரணத்தின் பொருட்டு கல்லறைத் தோட்டத்திற்குப் போகும் அம்மாவைப் புற உலகின் வெம்மை அழுத்துவதோடு தாங்க முடியாத துயரத்தைத் தருவதாக உள்ளது. மயக்க நிலையினின்று விடுபட முடியாத மனிதர்கள்

நிரம்பிய பிற்பகலில் கூட திருடனின் அம்மா என்பதால் சிலர் வெளியே காத்துக்கிடக்கின்றனர். அவளோ இன்னொரு மரணம் நிகழப்போகும் அபாயம் உள்ளதைப் பற்றிய கவலையின்றி சிறுமியுடன் வெயிலுக்கு வருகிறாள். புற உலகமானது மயக்க நிலை கொண்டதாகவும் சாவின் கிரணங்கள் நிரம்பி வழியும் தன்மையுள்ளதாகவும் இரு கதைகளிலும் சித்தரிக்கப்படுகின்றன. இரு கதையாசிரியர்களும் கதையை நகர்த்த நிலப்பரப்பின் மீதே சார்ந்து இயங்குகின்றனர். கதையின் மையமான நிகழ்வின் உக்கிரம் சூழல் வழியாக துயரத்தின் முழுவீச்சுடன் வெளிப்படும். கனவுகளை விற்கும் பெண்ணும் புதிர்க் குறியீடுகளும் வெளிச்சத்தை திரவமாக்கும் சிறுவர்களும் இறந்த உடலுடன் போப்பைத் தேடி அலையும் புனிதர் கதையும் உண்டு. இத்தகைய யாத்திரை மரபானது டான் கெஹாட்டே முதல் இன்றுவரை கதைகளில் தொடர்கிறது. பெரும்பான்மையான மார்க்வெஸ் கதைகள் வயசாளிகள் பற்றியதும் வீழ்ந்த மனிதர்களைப் பற்றியதுமேயாகும். அதிகாரத்தினின்று வீழ்ந்த ராணுவ அதிகாரிகளாகவோ குடும்பத்தின் மூத்த இடத்தினின்று வீழ்ந்தவர்களாகவோ இருக்கின்றனர். யாரும் தேடி வராத கர்னல் தனது பென்ஷனுக்காகக் காத்திருக்கிறார். இன்னொருபுறம் முன்னாள் அதிபர் அதிகாரம் இழந்து அன்றாட வாழ்வின் அவலங்களுக்கு உட்படுவதும் கதையாகிறது.

மார்க்வெஸ்ஸைப் பாதித்த மற்றொரு விஷயம் பயணம். பயணத்தின் வழியே சம்பவங்கள் மாறிக்கொண்டே வருவதைக் காண முடிகிறது. பைபிளில் இருந்து தொடர்ந்து வரும் எழுத்து முறை. விட்டு இடம் செல்லும் மனிதர்கள் பயணத்தின் வழியே முன் தீர்மானிக்க முடியாத சம்பவங்களுக்குள் மாட்டிக் கொள்கின்றனர். எதிரே கடவுள் தோன்றிப் பேசுவது இயல்பாக நடக்கிறது. முன்னே தோன்றும் கடவுளை ஆபிரகாம் யார் எனக் கேட்க, நான் தான் என தம்மை அறிமுகம் கொள்கிறார். பயணம் அதீதத்தின் சரடை எப்போதும் தனக்குள்ளே சுருட்டிக் கொண்டுள்ளது. விநோத யாத்ரீகர்கள் தொகுப்பு முழுவதும் மார்க்வெஸ்ஸின் பயணம். கனவின் பயணமுமாகும். கதைகளும் பாரீஸ், இத்தாலி என மாறிக் கொண்டே இருக்கின்றன. விமானத்தில் தூங்கும் அழகி என்ற தேவதைக் கதை, நெடிய காலமாக உறங்கிக் கொண்டிருக்கும் தூங்கும் அழகியும் அவளைத் தேடிவரும் இளவரசனும் பற்றியது.

கதையைத் திரும்ப எழுதும் மார்க்வெஸ் உறங்கும் அழகியை விமானத்தில் சந்திக்கிறார். இவரோடு பயணம் செய்கிறாள். அவள் கனவுகளுக்கு ஏதும் இடைஞ்சல்கள் வராமல் தடுப்பதையே பெரிய வேலையாக மார்க்வெஸ் கருதுகிறார். தேவதைக் கதை போலவே காலம் மறைந்து கிடக்கிறது. கொடிய பனிமூட்டம் நிறைந்த விமான நிலையத்தில் காலம் உறைந்த சூழலில் பெண்ணைச் சந்திக்கிறார். அவளோடு பயணம் செல்கிறார். அழகியின் வசீகரம் உறைந்த காலத்தின் ஊடே மெல்லிய சரடாக காலத்தை உருக்கி ஓட்டுகிறது. நீரில் மூழ்கிய நிகரற்ற அழகன் கதையிலும் இதே தன்மையைக் காண முடியும். யாத்திரையில் வரும் கலிவர் குள்ளமான லில்லி புட்டன்களின் உலகில் பிரவேசித்ததில் உறைந்த காலமே நிகரற்ற அழகனை உருவாக்குகிறது. இறந்துபோன பின்பும் வசீகரம் நிரம்பி வழியும் பெரும் உடலுடன் ஒதுங்கும் நிகரற்ற அழகன் கரையில் உள்ளவர்களின் உயிர்ப்புச் சக்தியைச் சோதிப்பவனாக இருக்கிறான். உறைந்த காலத்தை உயிர்ப்பிக்கும் நிகழ்வும் செவ்வியல் கதையைப் புதுப்பிக்கும் கதையாடல் தன்மையும் இங்கும் வெளிப்படும்.

மார்க்வெஸ்ஸின் கதைகள் காலத்தின் முன்பின் அலையும் கதை யாடலைக் கொண்டவை. பிற்காலத்தின் சம்பவங்கள் முன்னும் அதன் தொடர் நிகழ்வுகள் பின்னுமாக காலத்தின் சதுரங்கப் பலகையில் விளையாட்டைத் தொடர்கிறார். மூதாதையர்கள் உலகின் கூறுகளும் பைபிளின் இதிகாசமும் கொண்ட கதைகள் எதார்த்தத்தை பன்முக மாக்க மொழி தீவிரப்படும். கதைப்பரப்பு தூங்கும் கதை தேவதைகளை உயிர்ப்பிக்கிறது. தேவதைகள் புத்தகங்களின் மூலைகளில் ஒளிந்து கொண்டு வாசகனுடன் உரையாடலைத் துவங்குகின்றன. புரட்சிகரப் போராட்டங்களின் பின்னணியுடன் உள்ள மார்க்வெஸ்ஸின் அரசியல், கதைகளில் தொன்மைக் குறியீடுகளை மீட்டுப் புத்துருவாக்கம் செய்கிறது. நிலம் சார்ந்தும் அதன் பூர்வீகம் சார்ந்தும் இன்றைய நவீன உலகின் சாயைகளுடன் வெளிவரும் கதைகளை அற்புதஎதார்த்தம் எனப் பெயரிட்டுக் குறைத்துவிட முடியாது.

அக்னி நதி:
வரலாற்றில் மிதக்கும் இலைகள்

கடந்த ஐம்பதாண்டுகளில் வெளியான இந்திய நாவல்களில் எனக்கு மிகவும் பிடித்தது எதுவென்று கேட்டால் ஒரு நிமிடம்கூட யோசிக்காமல் அக்னி நதியைச் சொல்வேன். அந்த அளவு அந்நாவல் எனக்கு மிகவும் விருப்பமானது. குர்அதுல் ஐன் ஹைதர் எழுதிய உருது நாவலது. இதனைத் தமிழாக்கம் செய்திருப்பவர் சௌரி. நேஷனல் புக் டிரஸ்ட் வெளியிட்டிருக்கிறது.

இந்த நாவலை ஒவ்வொரு ஆண்டும் ஒருமுறையாவது அவசியம் மறுவாசிப்பு செய்துவிடுவேன். ஒருவகையில் இதுதான் முழுமையான இந்திய நாவல். கதைசொல்லும் முறையிலும், கவித்துவமான வரிகளி லும், சமகாலப் பார்வையிலும், இந்திய சமூகத்தின் பல்வேறு மத, இனக் குழுவின் நினைவுகளை ஒருங்கே பதிவு செய்துள்ள மிக முக்கியமான நாவலாகும்.

இந்த நாவலை எப்படி வகைப்படுத்துவது. ஒருவகையில் இது வரலாற்று நாவல். இன்னொரு வகையில் இது தத்துவார்த்த நாவல். பிறிதொரு கோணத்தில் இது நவீன நாவல். இப்படி வரையறை செய்யமுடியாதபடி நாவலின் கதைப்போக்கு உருமாறிக்கொண்டேயிருக்கிறது.

பொதுவாக வரலாற்று நாவல்கள் மன்னர்களின் வீரப்பிரதாபங்களையோ, அரசியல் சூழ்ச்சிகளையோ முதன்மைப்படுத்தியே அதிகம் எழுதப்பட்டிருக்கின்றன. எளிய மனிதர்களையோ, அவர்களின் தேடுதல்களையோ வரலாற்று

நாவல்கள் கவனம் கொள்வதேயில்லை. அந்த வகையில் கன்னடத்தில் வெளியான மாஸ்தி வெங்கடேஸ் வரய்யாவின் சிக்கவீர ராஜேந்திரனும், உருது மொழியில் வெளியான அக்னி நதியும் வரலாற்றைப் புதிய கண்ணோட்டத்தில் பார்க்கக் கூடியவை. சிக்கவீர ராஜேந்திரனை விடவும் அக்னிநதி தரும் அனுபவம் பிரம்மாண்டமானது. இது ஆயிரம் வருடகால இந்திய வரலாற்றை ஒரே நாவலுக்குள் அடுக்கிக் காட்டுகிறது.

இந்திய இலக்கியத்தின் தனிப்பெரும் ஆளுமையான குர்அதுல் ஜன் ஹைதர், உத்தரப் பிரதேசத்தில் பிறந்து அலிகட் பல்கலைக் கழகத்தில் ஆங்கில இலக்கியம் கற்றவர். சில காலம் லண்டனில் பத்திரிகையாளராகப் பணியாற்றியிருக்கிறார். புகழ்பெற்ற இல்லஸ்ட்ரேட்டட் வீக்லியின் துணை ஆசிரியராகப் பணியாற்றி பிரபலமானவர். ஆசிய அளவிலான பெண் எழுத்தாளர்களில் இவரே முதன்மையானவர் என்றே சொல்வேன். 1990ம் ஆண்டு இவருக்கு இலக்கியத்திற்கான மிகப்பெரிய விருதான ஞானபீடம் பரிசு கிடைத்தது.

அக்னிநதி நாவல் புத்தனை அறிந்துகொள்வதற்காக முயலும் கௌதம நீலாம்பரன் என்ற இளைஞன் நதியைக் கடக்க காத்திருப்பதில் துவங்குகிறது.

கௌதம நீலாம்பரன் பௌத்த ஞானத்தை தேடி சிராவஸ்தி முதல் பாடலிபுத்திரம் வரை சுற்றித்திரிகிறான். அவனது பயணத்தின் ஊடாக பௌத்த சிந்தனைகள் அன்று இளைஞர்களை எந்த அளவு வசீகரித்தன என்பதை அறிந்துகொள்ள முடிகிறது. பிக்குணியாக மாற விரும்பும் நிர்மலா, அவளது நெருக்கமான தோழி சம்பகா, பிக்குவான ஹரிசங்கர் என ஒவ்வொரு கதாபாத்திரமும் ஒரு அகத்தேடலில் முன்சென்றபடியிருக்கிறார்கள்.

நாவலின் தனிச்சிறப்பே ஒரு வரியில் நாவலின் காலம் நழுவி இன்னொரு காலத்திற்குள் சென்றுவிடுவதுதான். அதுதான் நதியின் இயல்பும் கூட.தண்ணீர் கடலோடு ஒன்று கலப்பது நிசப்தமாகவே நடைபெறுகிறது. அது போன்றதுதான் நாவலின் திருப்பங்களும்.

கதை அப்படியே உருமாறி அபுல் மன்சூர் கமாலுத்தீனிடம் வந்து விடுகிறது. காலம் உருமாறுகிறது. அதோடு மனிதர்களும் மாறுகிறார்கள். ஆனால் மனிதர்களின் ஆசைகள் மாறுவதே இல்லை. காலத்தின் பெருவெள்ளம் வழியாக சகல நிகழ்வுகளும் கடந்து சென்று மறைகின்றன. காலம்

அத்தனை கொந்தளிப்புகளையும் விழுங்கி அமைதியாக ஓடிக்கொண்டேயிருக்கிறது.

ஒரு வகையில் பின்நவீனத்துவ நாவலைப்போல இது கதை சொல்வதை சிதறடிக்கிறது. ஒன்றுக்கு மேற்பட்ட கதாபாத்திரங்களின் கதையைச் சொல்கிறது. பன்முகமான குரலும் மாறுபட்ட கதையாடல்களும் இந்த நாவலைத் தனித்துவமிக்க தாக்குகின்றன.

இந்திய சமூகம் எப்படி உருமாறியது என்பதை ஒரு குறுக்குவெட்டுத் தோற்றத்தில் காணமுடிவது போல இருப்பதே இந்த நாவலின் சிறப்பம்சம். குறிப்பாக, இந்தியாவில் பௌத்த சிந்தனை எப்படி வேரோடியது என்பதையும், அது சார்ந்த எதிர்வினைகளையும் இந்த நாவல் நுட்பமாகக் குறிப்பிடுகிறது.

காலம் மீண்டும் புரண்டுகொள்ள மொகலாய வம்சம் மறைந்து பிரிட்டிஷ் இந்தியாவில் நுழைவதும் அதன் தொடர்ச்சியாக இந்திய மக்களிடம் நடைபெற்ற மனமாற்றங்களும் அடிமைமோகமும் விவரிக்கப்படுகிறது. அங்கிருந்து முதல் சுதந்திரப் போராட்டக் காலம் வரை நீள்கிறது. அதிலிருந்து இந்திய—பாகிஸ்தான் பிரிவினை காலத்தை விரிவாக அணுகி வங்காளப் பிரிவு காலத்தில் வந்து நிற்கிறது. சமகால இந்தியப் பிரச்சினைகளைப் பேசுவதே அதன் முக்கிய நோக்கம் என்பதை வாசகனால் நன்றாகவே உணரமுடிகிறது.

இந்திய அரசியல் மாற்றம் குறித்த எதிர்வினைகள், மரபையும் கலாச்சாரத்தையும் பற்றிய வாதப்பிரதிவாதங்கள், சுயஅடையாளத் தேடுதல், அதிகாரத்தை நோக்கிய பயணம், வரலாற்றைப் புரிந்து கொள்ளுதல் என்று நாவலின் ஊடாகத் தொடர்ந்த விவாதங்களும் தெறித்து விழும் உன்னதமான கருத்துகளும் நாவலை உயர்வான தாக்குகிறது.

அக்னிநதி, காலம் எல்லா மனித எத்தனிப்புகளையும், கனவுகளையும் பார்த்துக்கொண்டேயிருக்கிறது என்ற குறிப்புணர்வோடு முடிகிறது.

இதற்குள்ளாக வங்காளத்தில் நடைபெற்ற பஞ்சம், புதிய நகரம் உருவாவது, காங்கிரஸின் உதயம், சிப்பாய் கலகம் என்று சமகால இந்திய சரித்திர நினைவுகளும் ஒன்று கலந்திருக்கின்றன.

நாவலில் ஒரே பெயருடன் கதாபாத்திரங்கள் திரும்பத் திரும்ப வருகிறார்கள். காலம் மாறுகிறது. அதே பெயருள்ள ஒரு மனிதன்

இப்போது வேறு தேடலில் ஈடுபடுகிறான். வரலாறு அவனை மௌனமாகப் பார்த்துக்கொண்டேயிருக்கிறது.

வரலாறு என்பது ஆழங்காண முடியாத ஒரு கடல். அதில் நீயும் நானும் இலைகளைப்போல அலைந்து கொண்டிருக்கிறோம் என்று நாவலில் ஒரு வரி இடம் பெற்றுள்ளது. அதுதான் நாவலின் மையச்சரடும் கூட.

வரலாறு எனும் நதி முடிவில்லாமல் ஓடிக் கொண்டேயிருக்கிறது. அது உணர்த்தும் ஒரே சாரம் மனிதர்களின் விருப்பங்களும் கனவுகளும் எப்போதுமே முழுமையடைவதில்லை; காலம் மனிதனை ஒரு பகடையைப் போல உருட்டிவிளையாடுகிறது என்பதே.

வரலாறு என்பது எண்ணிக்கையற்ற கிளைவழி கொண்ட ஒரு நதியைப் போலவே ஓடிக்கொண்டிருக்கிறது. ஒவ்வொருவரும் அதன் ஒரு படித்துறையில் இறங்கி அவரளவில் நீராடிக் கடந்து போய்விடு கிறோம். ஒருவராலும் நதியை முழுமையாக அறிய முடியாது என்பதே உண்மை.

நாவல் எனும் வடிவத்தின் உண்மையான வலிமை, ஒரு சமூகத்தின் அத்தனை தளங்களையும் ஊடாடிச் சென்று மனிதர்களின் கனவுகளை, எழுச்சியை, வீழ்ச்சியை சொல்வதாகும். அந்த வகையில் குர்அதுல் ஐன் ஹைதரின் அக்னிநதி அவசியம் வாசிக்கப்படவும் கொண்டாடப் படவும் வேண்டிய முக்கிய நாவலாகும்.